ഗ്രീൻ ബുക്സ്

ഈ ചുറ്റുവട്ടത്ത് നിനക്ക്
വഴി തെറ്റാതിരിക്കാൻ

പാട്രിക് മോദിയാനോ

1945 ജൂലൈ 30ന് ഫ്രാൻസിൽ ജനിച്ചു. നാസി അധിനിവേശക്കാലത്തെ തിക്താനുഭവങ്ങൾ ഏറ്റുവാങ്ങിയ ഒരു ജൂതകുടുംബമാണ് പാട്രിക് മോദിയാനോയുടേത്. ഭീകരമായ ഒരു കാലഘട്ടത്തിന്റെ അധിനിവേശങ്ങളുടെയും ജീവിതസമസ്യകളുടെയും അനുഭവങ്ങളുടെയും രചനകളാണ് അദ്ദേഹത്തിന്റേത്. ക്വാർട്ടിയർ പെർദു, ലാക്കോംബെ ലൂസിയെൻ, ലാപ്ലാസ് ഡുലിറ്റായിൽ, ഡാൻസ് ലേ കഫേ ഡെ ലാ ജൂനെസ് പെർഡ്യു, റിമൈസ് ഡി പെനി, ലീവ്രേഡു ഫാമീൽ, ഇൻജുനെ, ദെസീ ബ്രാവ് ഗാർസോൺ, കാർചി പെർദു, ഡീമാഷ് ഡൂട്, വെസ്റ്റിയാറെ ഡി ലെ ഫാൻസ്, ഫ്ളിയേഴ്സ് ഡി റൂയിസ് എന്നിവയാണ് അദ്ദേഹത്തിന്റെ പ്രധാന കൃതികൾ. 2014ൽ സാഹിത്യത്തിനുള്ള നോബൽ പുരസ്കാരം നേടി. ഓസ്ട്രിയൻ സ്റ്റേറ്റ് പ്രൈസ് ഫോർ യൂറോപ്യൻ ലിറ്ററേച്ചർ, പ്രീ മോണ്ടിയൽ സിനോ ദെൽ ദൂക, പ്രീ ഗോൺകോർ തുടങ്ങിയ പുരസ്കാരങ്ങൾ ലഭ്യമായിട്ടുണ്ട്. മോദിയാനോ കൃതികളുടെ മലയാള ഭാഷാന്തരങ്ങളായ 'നക്ഷത്രക്കവല', വഴിയോരക്കഫേയിലെ പെൺകുട്ടി എന്നീ നോവലുകൾ ഗ്രീൻ ബുക്സ് പ്രസിദ്ധീകരിച്ചു.

പ്രഭാ ആർ. ചാറ്റർജി: ശാസ്ത്രജ്ഞ, വിവർത്തക. 1951ൽ ജനനം. ഇന്ത്യൻ ഇൻസ്റ്റിറ്റ്യൂട്ട് ഓഫ് സയൻസിൽനിന്ന് രസതന്ത്രത്തിൽ ഡോക്ടറേറ്റ് (1976). ഇന്ത്യയിലും വിദേശങ്ങളിലും ഗവേഷണവും അദ്ധ്യാപനവും നടത്തിയിട്ടുണ്ട്.

Vasco da Gama's Voyage to India (E.G. Ravenstein), La BeteHumaine (Emile Zola), The First Man, The Fall, Myth of Sysyphus, Exile and Kingdom (Albert Camu), dans le cafe de la jeunesse perdue, la place de l'etoile (patrick modiano) എന്നീ കൃതികൾ മലയാളത്തിലേക്ക് വിവർത്തനം ചെയ്തിട്ടുണ്ട്.

Blog: Science Delights (prchatterjiblog.blogspot.com)

നോവൽ

ഈ ചുറ്റുവട്ടത്ത് നിനക്ക് വഴി തെറ്റാതിരിക്കാൻ

പാട്രിക് മോദിയാനോ

വിവർത്തനം:
പ്രഭാ ആർ. ചാറ്റർജി

ഗ്രീൻ ബുക്സ്

green books private limited
little road, ayyanthole, thrissur- 680 003
ph: 0487-2361038
website: www.greenbooksindia.com
e-mail: info@greenbooksindia.com

original title
(french)
pour que tu ne te perdes pas dans le quartier
© editions gallimard, 2014

(malayalam)
ee chuttuvattathu ninakku vazhi thettathirikkan
(novel)
by
patrick modiano

translated by
prabha r. chatterji

first published march 2016
copyright reserved

cover design : rajesh chalode

PAP
TAGORE

the work is published via the
publication assistance programme tagore with the
support of institut francais en inde
ambassade de france in inde and the
institut francais de paris

branches:
thrissur 0487-2422515
palakkad 0491-2546162
kannur 0497-2763038
thiruvananthapuram 9846670899

isbn : 978-81-932512-4-9

---

no part of this publication may be reproduced, or transmitted in any form or by any means,
without prior written permission of the publisher

GBPL/733/2016

മുഖക്കുറി

ഡറാൺ പാരീസിന്റെ വഴികളത്രയും ഇപ്പോഴും നടന്നുകൊണ്ടിരിക്കുന്നു. ബാല്യകാല ജീവിതത്തിന്റെ അരക്ഷിതാവസ്ഥകളിൽ ആനി പറയുമായിരുന്നു: "നീ നടക്കാനോ കളിക്കാനോ പുറത്തിറങ്ങിയാൽ വഴി തെറ്റിപ്പോകരുത്" 6, ലാഫെറിയ സ്ട്രീറ്റ് എന്നെഴുതിയ ഒരു തുണ്ടുകടലാസ് നാലായി മടക്കി അവന്റെ പോക്കറ്റിലിട്ടു കൊടുത്ത അവന്റെയെല്ലാമായ ആനിയും തെരുവിലെവിടെയോ മറഞ്ഞുപോയിരിക്കുന്നു. വിദൂരമായ പോയ കാലത്തിന്റെ ശല്യപ്പെടുത്തുന്ന നൊമ്പരങ്ങളത്രയും അയാൾ മറവിയുടെ അഗാധതലങ്ങളിലെവിടെയോ കുഴിച്ചു മൂടി. ഭൂതകാലം പുകമൂടിയ ചില്ലുജാലകത്തിലൂടെ നോക്കുന്നതു പോലെ അവ്യക്തമായൊരനുഭവം മാത്രം. അതിമിനുസമായ ഒരു പുകമറച്ചില്ലിനപ്പുറം, സ്മൃതിഭ്രംശങ്ങളിൽ ആരുടെയൊക്കെ മുഖങ്ങൾ ഏറെ വർഷങ്ങൾക്കുശേഷം അയാൾ കാണുകയാണ്. അയാൾ ആരേയും തിരിച്ചറിയുന്നില്ല. കുട്ടിക്കാലത്തെ ഫോട്ടോപോലും. അത് മറ്റേതോ ഒരു കുട്ടിയുടേതാണ്, വെയിൽക്കീറുകൾ പാരീസിന്റെ തെരുവുകൾക്ക് അനന്തമായ സൗന്ദര്യം പകരുമ്പോഴും നിസ്സഹായമായ ഏതോ വിധേയത്വം, ഉള്ളിലമർന്നുപോയ ഒരു കുഞ്ഞിന്റെ കരച്ചിൽ. ഈ ചുറ്റുപാടിൽ 'നിനക്ക് വഴി തെറ്റാതിരിക്കാൻ' എന്ന ആനിയുടെ സന്ദേശം മാത്രം അയാൾ മറക്കാതെ സൂക്ഷിക്കുന്നു. എപ്പോഴോ അയാൾക്ക് വഴിതെറ്റി പ്പോയിരിക്കുന്നു. സംഭ്രമാത്മകവും സ്തോഭജനകവുമായ സാങ്കേതങ്ങളും പ്രതീകങ്ങളും. അവസാനിക്കാത്ത ഊടുവഴികൾ. ഉപേക്ഷിക്കപ്പെട്ട ആ നിസ്സഹായനായ കുട്ടി 'ഞാൻ തന്നെയെന്ന്' അയാൾ തിരിച്ചറിഞ്ഞുവോ? എനിക്ക് എന്നിലേക്കെത്താൻ ഞാൻ എത്ര വിചിത്രമായ വഴികളിലൂടെയാണ് സഞ്ചരിച്ചത്? അസാധാരണമായ ഒരു മോദിയാനോ കഥ.

കൃഷ്ണദാസ്
മാനേജിങ് എഡിറ്റർ

മുഖവുര

അഞ്ചു വയസ്സുകാരനായ ഷോണിന് പാരിസ് നഗരത്തിൽ വഴി തെറ്റാൻ ഏറെ സാധ്യതകളുണ്ടായിരുന്നു. എത്രയെത്ര ആകർഷകങ്ങളായ വഴിയോരക്കാഴ്ചകൾ. അവയുടെ കാന്തികവലയത്തിലകപ്പെട്ട് ദിക്ഭ്രാന്തനായാൽത്തന്നെ, ശരിയായ വഴി ചോദിച്ചറിഞ്ഞ് വീട്ടിലെത്താനാവുമായിരുന്നു. കാരണം സ്നേഹധനയായ ആനി അവന്റെ കുഞ്ഞിപ്പോക്കറ്റിൽ ഒരു തുണ്ടുകടലാസ് നിക്ഷേപിച്ചിരുന്നു. വീട്ടുമേൽവിലാസം കുറിച്ചിട്ട് നാലായി മടക്കിയ തുണ്ടു കടലാസ്. താൻ ആനിക്ക് വളരെ വേണ്ടപ്പെട്ടവനാണെന്ന ബോധം ആ തുണ്ടു കടലാസ് അവനിലുണർത്തി. അമ്മയച്ഛന്മാരാൽ തിരസ്കൃതനായ തനിക്ക് താങ്ങും തണലുമാണ് ആനിയെന്ന് അവൻ ഉറച്ചു വിശ്വസിച്ചു. കൊച്ചു ഷോണിന് ഒരിക്കലും വഴിതെറ്റിയില്ല, അവൻ കൃത്യമായും ഭദ്രമായും വീട്ടിൽ തിരിച്ചെത്തി. നേരെ മറിച്ച്, ആനിയാണ് ഒരു രാത്രിയിൽ അപരിചിതവും വിജനവുമായ വീട്ടിൽ അവനെ തനിച്ചാക്കി പൊടുന്നനെ അന്തർധാനം ചെയ്തുകളഞ്ഞത്. ആ വിശ്വാസവഞ്ചന വജ്രപാതമായാണ് ഷോണിനനുഭവപ്പെട്ടത്. ചേച്ചിയെപ്പോലെ കൂട്ടായി, രക്ഷകയായി നിന്ന ആനിക്കും താനൊരു ഭാരമായോ? ആ ചോദ്യത്തോടൊപ്പം ആനിയും സാലൂലാഫോറേയിലെ തന്റെ കുട്ടിക്കാലവും അവന്റെ സ്മൃതിമണ്ഡലത്തിൽ കരിഞ്ഞു ചാമ്പലായി. മനസ്സിന്റെ ആഴക്കയത്തിലെവിടേയോ ആ ചാരം കുഴിച്ചു മൂടാൻ അവൻ പരമാവധി ശ്രമിച്ചു. അതിൽ ഏതാനും കനൽത്തരികൾ ബാക്കിയുണ്ടെന്നും അവ ഇടയ്ക്കൊക്കെ തന്നെ നീറ്റുന്നുണ്ടെന്നും ഉള്ള വസ്തുത അംഗീകരിക്കാൻ കുറെക്കാലത്തേക്ക് അവൻ കൂട്ടാക്കിയതേയില്ല.

പതിനഞ്ചു വർഷങ്ങൾക്കുശേഷം യാദൃച്ഛികമായി കനൽത്തരികൾ ആളിക്കത്തി. ആ ജ്വാല പ്രതിഫലിച്ചത് അയാളുടെ ആദ്യനോവലിലായിരുന്നു. നോവലിനു വേണ്ടിയുള്ള വിവരങ്ങൾ ശേഖരിക്കുന്നതിനിടയിൽ അയാളൊരു സത്യം കണ്ടെത്തി. ജീവിത

7

പ്പാതയിൽ ആനിക്കു വഴി തെറ്റിയെന്ന്. അതിന്റെ സൂചന പല സ്രോതസ്സുകളിൽ നിന്നും അയാൾക്ക് ലഭിക്കുന്നുണ്ട്. പാരീസിന്റെ തെരുവുകളിൽ പ്രലോഭനങ്ങൾക്കുണ്ടോ പഞ്ഞം? ആനി ജീവിച്ചിരിപ്പുണ്ടെങ്കിൽ, തന്റെ നോവൽ വായിക്കാനിടയായെങ്കിൽ എന്ന ഒരു നേരിയ പ്രതീക്ഷയോടെ ആനിക്കു മാത്രമായുള്ള ഒരു അടയാളവാക്യം അയാൾ തന്റെ നോവലിൽ ഒളിപ്പിച്ചുവെച്ചു. തികച്ചും സാധാരണമെന്നു തോന്നിയേക്കാവുന്ന ഒരു സ്മൃതിശകലം ആ നോവലിലെവിടേയോ ചിതറിക്കിടപ്പുണ്ടായിരുന്നു. ആനി അടയാളവാക്യം കണ്ടെടുത്തു, പ്രതികരിക്കുകയും ചെയ്തു. പക്ഷേ ഭൂതകാലത്തെ പുനർവായനയ്ക്കെടുക്കാൻ ആനിക്ക് തീരെ താത്പര്യമില്ലായിരുന്നു. അയാളും സമാധാനിച്ചു. തന്നെ ഒറ്റയ്ക്കാക്കി രായ്ക്കുരാമാനം അന്തർധാനം ചെയ്തത് ആ വഴിതെറ്റലിന്റെ തുടർച്ചയാണെന്ന് ബോധ്യമായിരിക്കുന്നു. ഒരു വേള ഓർത്തുവെക്കാൻ മാത്രം പ്രാധാന്യം ആനിയെ സംബന്ധിച്ചേടത്തോളം ആ സംഭവത്തിനില്ലെന്നു വന്നേക്കാം. ഇനി തിരിച്ചറിയാനും കണ്ടെടുക്കാനുമായി ഒന്നുമില്ല. ഇത്രയും നാൾ കുഴിച്ചുമൂടിയ ദുഃഖം പതഞ്ഞു പൊന്തിയെന്നു വരും. മനസ്സിനകത്തെ കനൽത്തരികൾ വീണ്ടും ചാരപ്പുതപ്പിനടിയിലായി.

പതിറ്റാണ്ടുകൾ പിന്നെയും പിന്നിട്ടു, നൂറ്റാണ്ടു തന്നെ മാറിപ്പോയി, ഇരുപതിൽനിന്ന് ഇരുപത്തൊന്നിലേക്ക്. ഷോൺ ഇന്നു വൃദ്ധനാണ്. അഞ്ചു വയസ്സിൽ കണ്ടുമറന്ന മുഖങ്ങൾക്ക്, നടന്നുപോയ വഴിത്താരകൾക്ക് അറുപത്തഞ്ചു വയസ്സിലെന്തു പ്രസക്തി? നോവലിലൊരിടത്ത് മോദിയാനോ ഇങ്ങനെ എഴുതുന്നു: കാലപ്രവാഹം സ്മൃതികളുടേയും അനുഭവങ്ങളുടേയും കടുംനിറങ്ങളെ കഴുകി മയപ്പെടുത്തിയിരിക്കുന്നു; കൂർത്തു മൂർത്ത മുനകളെ രാകി മിനുസപ്പെടുത്തിയിരിക്കുന്നു. സ്വസ്ഥവും ഏകാന്തവുമായ ജീവിതം അയാൾ ആസ്വദിച്ചു തുടങ്ങിയിരിക്കുന്നു. അപ്പോഴാണ് ഒരുച്ചയ്ക്ക് അവിചാരിതമായി ഫോൺവിളി വന്നത്. തുടക്കത്തിൽ ഒരുറുമ്പുകടിപോലെ നിസ്സാരമായേ അയാൾക്കനുഭവപ്പെട്ടുള്ളൂ. തുടർന്നുള്ള സംഭവവികാസങ്ങൾ അയാൾക്കുമുന്നിൽ നിരത്തുന്ന 'രേഖ' കളിലെവിടേയോ അഞ്ചു വയസ്സുകാരന്റെ ചോദ്യത്തിനുള്ള ഉത്തരമുണ്ട്. അത് നേരിട്ടുള്ള ഒറ്റ വരിയുത്തരമായിരുന്നില്ല, അനിഷേധ്യമായ സാഹചര്യത്തെളിവുകളായിരുന്നു. സ്മൃതിയും സ്മൃതിഭ്രംശവും സ്വപ്നവും യാഥാർഥ്യവും ഏതേതെന്ന് വേർതിരിക്കാനാവാത്ത സമാന്തരലോകത്തിലേക്കാണ് 'രേഖകൾ' ഷോണിനെ നയിക്കുന്നത്. ആ ലോകത്തിൽ ഡറാണിനൊപ്പം സ്വൈരവിഹാരം നടത്തി ഉത്തരം കണ്ടെത്താൻ വായനക്കാരെ എഴുത്തുകാരൻ ക്ഷണിക്കുന്നു. ഇവിടെ സ്ഥലകാലങ്ങൾക്ക്

അതിരുകളില്ല, സ്ഥലനിർണയത്തിനായി അടയാള ചിഹ്നങ്ങളോ ചൂണ്ടുപലകകളോ ഇല്ല. തുടക്കബിന്ദു എന്നൊന്നില്ലതന്നെ. എവിടെ വേണമെങ്കിലും തുടങ്ങാം, എങ്ങോട്ടു വേണമെങ്കിലും തിരിയാം. സംഭ്രമാത്മകവും സ്തോഭജനകവുമായ സങ്കേതങ്ങളും പ്രതീകങ്ങളും വഴി നീളെയുണ്ട്, അവയുടെ പിന്നാലെ പോയാൽ പൊടുന്നനെ അവസാനിക്കുന്ന ഊടുപാതകളിലും ഇടവഴികളിലും കുടുങ്ങിപ്പോയെന്നു വരും. ഷോൺ എപ്പോഴോ നടന്നു തീർത്ത വഴികളാണെല്ലാം, അതുകൊണ്ട് ഇവിടെ തള്ളേണ്ടത് എന്താണെന്നും കൊള്ളേണ്ടത് എന്താണെന്നും അയാൾക്ക് നന്നായിട്ടറിയാം. അതുമാത്രമോ *ഈ ചുറ്റുവട്ടത്ത് നിനക്കു വഴി തെറ്റാതിരിക്കാൻ* എന്ന ആനിയുടെ സന്ദേശവും ഓർമയിൽ തങ്ങിനില്പുണ്ട്. അനുവാചകർക്ക് ഒരൊറ്റ സൂചനയേ മോദിയാനോ നല്കുന്നുള്ളൂ, വഴിതെറ്റാൻ സാധ്യതയുണ്ട്.

പ്രഭാ ആർ. ചാറ്റർജി

ഈ ചുറ്റുവട്ടത്ത് നിനക്ക്
വഴി തെറ്റാതിരിക്കാൻ

"സത്യാവസ്ഥ എന്തെന്ന് എനിക്കറിയില്ല;
നിഴലുകളെപ്പറ്റി എനിക്കെഴുതാനും വയ്യ."

-സ്റ്റെന്താൽ

പ്രത്യേകിച്ച് ഒന്നുമുണ്ടായിരുന്നില്ല. ഉറുമ്പോ മറ്റോ കടിച്ചതുപോലെയുള്ള ഒരു തോന്നൽ. ഒരുപക്ഷേ അതുതന്നെയാവാം എന്നു സ്വയം സമാശ്വസിപ്പിക്കാനും അയാൾ ശ്രമിച്ചു. ഓഫീസെന്ന് അയാൾ വിശേഷിപ്പിക്കുന്ന മുറിയിലെ ഫോൺ ഉച്ചയ്ക്ക് നാലുമണിയോടെയാണ് ശബ്ദിച്ചത്. ജനാലയ്ക്കലെ വേനൽച്ചൂടിൽ നിന്നകന്ന് മുറിയുടെ മറ്റേയറ്റത്തെ സോഫയിൽ ഷോൺ ഡറാൺ ഉച്ചമയക്കത്തിലായിരുന്നു. ഈ സമയത്ത് ഫോണടി പതിവുള്ളതല്ല. അതും ഇങ്ങനെ നിർത്താതെ. ആർക്കാണാവോ ഇത്ര ശാഠ്യം? മറ്റേത്തലയ്ക്കുള്ളയാൾ ഫോൺ തിരിച്ചു വെക്കാൻ മറന്നുപോയെന്നു വരുമോ? നിവൃത്തിയില്ലാതെ ഡറാൺ എഴുന്നേറ്റു, ജനലോരത്തുള്ള മേശയ്ക്കരികിലേക്കു ചെന്നു. ഹോ! എന്തൊരു വെയിലാണവിടെ. അയാൾ ഫോൺ കൈയിലെടുത്തു.

-എനിക്ക് ഷോൺ ഡറാണിനോടു സംസാരിച്ചാൽ കൊള്ളാമായിരുന്നു.

ഭീഷണി ധ്വനിക്കുന്ന, പരുക്കൻ സ്വരം എന്നാണ് ആദ്യം തോന്നിയത്.

-മിസ്റ്റർ ഡറാൺ? നിങ്ങൾക്ക് ഞാൻ പറയുന്നതു കേൾക്കാമോ?

ഡറാണിന് ഫോൺ താഴെ വെക്കാൻ തോന്നി. പക്ഷേ എന്നിട്ടെന്താ? അതു വീണ്ടും അടിച്ചു തുടങ്ങും, നിർത്താതെ. ഫോൺ കേബിൾ മുറിച്ചു മാറ്റിയാലല്ലാതെ നിലയ്ക്കില്ല......

-അതെ, ഇതു ഡറാൺ ആണ്.

-സർ, നിങ്ങളുടെ അഡ്രസ് ബുക്കിനെപ്പറ്റിയാണ്...

ശരിയാണ്. കഴിഞ്ഞ മാസം ഫ്രഞ്ച് റിവിയേറയിലേക്കുള്ള ട്രെയിൻ യാത്രയ്ക്കിടയിൽ അതു കൈമോശം വന്നുപോയിരുന്നു. പക്ഷേ ട്രെയിനിൽ വെച്ചാവാൻ വഴിയില്ല. പുറത്തുകടന്ന് ടി.ടിക്ക് ടിക്കറ്റെടുത്തു കൊടുക്കുമ്പോൾ കോട്ടുപോക്കറ്റിൽ നിന്ന് വഴുതി വീണതാവണം.

-സർ, നിങ്ങളുടെ പേരും ഫോൺ നമ്പറും അഡ്രസും അതിലെഴുതിയിരുന്നു. അതുകൊണ്ടാണ് വിളിക്കാനായത്.

അതും ശരിയാണല്ലോ. ചാരനിറമുള്ള പുറം ചട്ടയിൽ അയാൾ എഴുതിയിരുന്നു ഇതു കണ്ടു കിട്ടുന്നവർ ഷോൺ ഡറാണിനെ തിരിച്ചേല്പിക്കുക. എന്നിട്ട് യാന്ത്രികമായെന്നോണം പേരും മേൽവിലാസവും ഫോൺ നമ്പറും കുറിച്ചിട്ടിരുന്നു.

-സർ, ഞാൻ നിങ്ങളുടെ വീട്ടിലേക്കു വരാം. എപ്പോഴാവും സൗകര്യം എന്നു പറഞ്ഞാൽ മതി.

സ്വരം പതിഞ്ഞതാണെങ്കിലും തീർച്ചയായും അതിനകത്ത് ഒരു ഭീഷണിയുണ്ട്. ഏതാണ്ട് ഒരു ബ്ലാക് മെയിലറുടേതു പോലെ എന്ന് ഡറാണിനു തോന്നി.

-വേണ്ട, നമുക്ക് പുറത്തെവിടെയെങ്കിലും വെച്ച് കാണാം.

മനസ്സിലെ ദുശ്ചിന്ത മറികടക്കാനാണ് അയാൾ ശ്രമിച്ചത്. ഉദാസീനത പ്രകടിപ്പിക്കണമെന്നേ ഉണ്ടായിരുന്നുള്ളു, പക്ഷേ ശബ്ദം പൊള്ളയായതുപോലെ.

-നിങ്ങളുടെ ഇഷ്ടം, സർ.

അപ്പുറത്ത് അല്പനേരത്തെ നിശ്ശബ്ദത. പിന്നെ വീണ്ടും.

-എന്നാലും അതു കഷ്ടമായിപ്പോയി, സർ. ഞാനിതാ ഇവിടെയടുത്ത്, ഈ ചുറ്റുവട്ടത്തു തന്നെയുണ്ട്, സർ. നേരിൽ വന്ന് ഇപ്പോൾത്തന്നെ തരാൻ കഴിഞ്ഞിരുന്നെങ്കിൽ എത്ര നന്നായിരുന്നു.

ഡറാണിന് ആശങ്ക തോന്നി. ഈ അപരിചിതൻ കെട്ടിടത്തിനു മുന്നിൽ, ഒരുവേള വീട്ടുവാതിലിനു മുന്നിൽത്തന്നെ അതു തുറക്കുന്നതും കാത്ത് നില്ക്കയാണെന്നു വരുമോ? ഇയാളെ എത്രയും വേഗം ഒഴിവാക്കിയേ പറ്റൂ.

-നമുക്ക് നാളെ ഉച്ച തിരിഞ്ഞു കാണാം.

-ശരി, അങ്ങനെയെങ്കിലങ്ങനെ. പക്ഷേ നാളെയാവുമ്പോ എന്റെ ജോലിസ്ഥലത്തിനടുത്താവണമെന്നു മാത്രം. സാലസാറെ സ്റ്റേഷനടുത്ത്.

ഫോൺ താഴെ വെക്കാനാണ് ഡറാണിനു തോന്നിയത്, പക്ഷേ ക്ഷമ പാലിച്ചു.

-അർകാഡ് റോഡ് അറിയാമോ? സർ, നമുക്ക് അവിടത്തെ കഫേയിൽ വെച്ചു കാണാം. എന്താ? നമ്പർ 42, അർകാഡ് റോഡ്?

ഡറാൺ അഡ്രസ് കുറിച്ചിട്ടു. മറുവശത്തുള്ളയാൾ തുടർന്നു

-അപ്പോ ശരി സർ, നാളെ വൈകുന്നേരം അഞ്ചു മണിക്ക് അർകാഡ് റോഡിലെ കഫേയിൽ.

കൂടുതലൊന്നും കേൾക്കാൻ നില്ക്കാതെ ഡറാൺ റിസീവർ താഴെ വെച്ചെങ്കിലും ഉടൻ ഖേദവും തോന്നി. വേണ്ടായിരുന്നു, ഇത്രയും

മര്യാദയില്ലാതെ ഞാൻ പെരുമാറാൻ പാടില്ലായിരുന്നു. അയാൾ സമാധാനിക്കാൻ ശ്രമിച്ചു. ഒരു വേള ചൂടുകൊണ്ടാവാം. കഴിഞ്ഞ കുറേ ദിവസങ്ങളായി പാരീസ് നഗരത്തിലെന്തൊരു ചൂടാണ്. സെപ്റ്റംബർ മാസത്തിൽ സാധാരണ ഇത്രയും ചൂടുണ്ടാവാറില്ല. ചൂട് അയാളുടെ ഏകാന്തതയെ ഇരട്ടിപ്പിച്ചിരുന്നു. സൂര്യൻ അസ്തമിക്കുംവരെ വീട്ടിനകത്ത് കഴിച്ചു കൂട്ടേണ്ട അവസ്ഥ. മാത്രമല്ല, മാസങ്ങളായി ആ ഫോണൊന്നു ശബ്ദിച്ചിട്ട്. മേശപ്പുറത്തു കിടക്കുന്ന മൊബൈൽ അവസാനമായി എപ്പോഴാണ് ഉപയോഗിച്ചതെന്ന് അയാൾക്ക് ഓർമയില്ല. അതെങ്ങനെ ഉപയോഗിക്കണമെന്ന് അയാൾക്ക് കഷ്ടിച്ചേ അറിയൂ. മിക്കപ്പോഴും തെറ്റായ ബട്ടണുകളാണ് അമർത്താറ്. ഈ അപരിചിതൻ വിളിച്ചില്ലായിരുന്നെങ്കിൽ അഡ്രസ് ബുക്ക് കൈമോശം വന്ന കാര്യം തന്നെ അയാൾ മറന്നു പോയിരുന്നേനെ. അതിൽ കുറിച്ചിട്ട നമ്പറുകൾ അയാൾ ഓർത്തെടുക്കാൻ ശ്രമിച്ചതാണ്. കഴിഞ്ഞയാഴ്ച ഒരു താളിൽ അതൊക്കെ എഴുതിയിടാനും ശ്രമിച്ചു. നിമിഷങ്ങൾക്കകം ആ താൾ അയാൾ വലിച്ചു കീറിക്കളഞ്ഞു. അവയൊന്നും വേണ്ടപ്പെട്ടവരുടെ നമ്പറുകൾ ആയിരുന്നില്ല. അല്ലെങ്കിൽ വേണ്ടപ്പെട്ടവരുടെ നമ്പറും മേൽവിലാസവും ഒന്നും എഴുതിവെക്കേണ്ട ഒരാവശ്യവുമില്ല. കാരണം അതൊക്കെ അയാൾക്ക് ഹൃദിസ്ഥമാണ്. ആ പുസ്തകത്തിലുള്ളതൊക്കെ 'ഔദ്യോഗിക'തലത്തിലുള്ള ചില നമ്പറുകളായിരുന്നു. പ്രയോജനപ്പെട്ടേക്കാം എന്നു കരുതാവുന്ന ഏതാണ്ട് മുപ്പതോളം പേരുവിവരങ്ങൾ. അവയിൽത്തന്നെ പലതും എന്നോ വെട്ടിക്കളയേണ്ടവയായിരുന്നു, അവ കൊണ്ടൊന്നും ഒരു ഗുണവും ഉണ്ടായില്ല. അഡ്രസ് ബുക്ക് നഷ്ടപ്പെട്ടതിൽ ഒരൊറ്റ കാര്യത്തിലേ അയാൾക്ക് അസ്വസ്ഥത തോന്നിയുള്ളു അതിൽ സ്വന്തം പേരും നമ്പറും വിലാസവും എഴുതിച്ചേർത്തത് ഓർത്ത് മാത്രം.

ഈ അപരിചിതനെ ചെന്നു കാണണമെന്നൊന്നുമില്ല. അയാളവിടെ, 42 അർകാഡ് റോഡിലെ കഫേയിൽ തന്നെ കാത്തിരിക്കട്ടെ. തനിക്കെന്തു ചേതം? പക്ഷേ അതുകൊണ്ടായില്ലല്ലോ. അതൊരു ഭീഷണിയായി ബാക്കി നില്ക്കും. അയാൾ പലപ്പോഴും സ്വപ്നം കണ്ടിട്ടുള്ളതാണ് ഏകാന്തവും ശൂന്യവുമായ മധ്യാഹ്നവേളയിൽ ഫോൺ ശബ്ദിക്കും. അതി മൃദുവായ ഒരു സ്വരം അയാളെ കൂടിക്കാഴ്ചയ്ക്കു ക്ഷണിക്കും. പണ്ടെന്നോ ഒരു നോവൽ വായിച്ചത് അയാൾക്കോർമ വന്നു അപ്രതീക്ഷിതമായ കൂടിക്കാഴ്ചകൾ. ഒരുവേള അത്തരമൊന്നാവാം. ആ ശബ്ദം പതിഞ്ഞതാണ്. എന്നാൽ ഭീഷണി നിറഞ്ഞതും. അതെ, അങ്ങനെത്തന്നെയാണ് അയാൾക്ക് അനുഭവപ്പെട്ടതെന്ന് ഉറപ്പുണ്ട്.

മാഡ്‌ലീൻ പള്ളിക്കു സമീപം തന്നെ ഇറക്കി വിടാൻ അയാൾ ടാക്സി ഡ്രൈവറോടു പറഞ്ഞു. മറ്റു ദിവസങ്ങളെപ്പോലല്ല, ഇന്ന് ചൂടിനു അല്പം കുറവുണ്ട്. തണൽമരങ്ങളുടെ നിഴൽ പറ്റി നടപ്പാതയിലൂടെ നടക്കാം.

വേനൽച്ചൂടു കാരണം വിജനവും ശബ്ദരഹിതവുമായ അർകാഡ് റോഡിലൂടെ അയാൾ നടന്നു. എത്രയോ കാലമായി അയാൾ നഗരത്തിന്റെ ഈ ഭാഗം സന്ദർശിച്ചിട്ട്. ഇവിടെയടുത്തൊരു തിയേറ്ററിലായിരുന്നു അമ്മയുടെ നാടകങ്ങൾ അരങ്ങേററ്. അച്ഛന്റെ ഓഫീസ് മറുഭാഗത്ത് ഔസ്മാൻ ബുളേവാഡിലെ 73-ാം നമ്പർ കെട്ടിടം. താനെങ്ങനെ 73 എന്ന് കൃത്യമായി ഓർമിച്ചെടുത്തു? അയാൾക്കദ്ഭുതം തോന്നി... പക്ഷേ ഈ ഭൂതകാലമൊക്കെ നേർത്തുനേർത്ത് ഇല്ലാതായിരിക്കുന്നു സൂര്യപ്രകാശത്തിൽ മൂടൽമഞ്ഞെന്നപോലെ.

അർകാഡ് റോഡിന്റേയും ഔസ്മാൻ ബുളേവാഡിന്റേയും മൂലയ്ക്കായിരുന്നു കഫേ. വിജനമായ മുറി. നീണ്ട കൗണ്ടറുകൾ, ഷെൽഫുകൾ, സെൽഫ് സർവീസ് ആയിരിക്കും, പഴയ വിംപി കഫേ പോലെ. ഡറാൺ പുറകിലത്തെ മേശയിൽ സ്ഥലം പിടിച്ചു. അപരിചിതൻ കൂടിക്കാഴ്ചയ്ക്ക് വരുമോ എന്തോ. ചൂടു കാരണമാവാം അർകാഡ് റോഡിലേക്കും ബുളേവാഡിലേക്കുമുള്ള കഫേയുടെ രണ്ടു വാതിലുകളും മലർക്കേ തുറന്നു വെച്ചിരിക്കുന്നു. എതിർവശത്ത് പൊക്കം കൂടിയ എഴുപത്തിമൂന്നാം നമ്പർ കെട്ടിടം.... അച്ഛന്റെ ഓഫീസിന് ഈ ഭാഗത്തേക്ക് ജനാലകളൊന്നും ഇല്ലായിരുന്നോ? ഏതു നിലയിലായിരുന്നു ഓഫീസ്? ഉണർന്നെണീക്കുമ്പോൾ മറന്നു പോകുന്ന സ്വപ്ന ശകലങ്ങളെന്നപോലെ, വായുവിൽ ലയിക്കുന്ന സോപ്പു കുമിളകളെന്ന പോലെ ഈ ഓർമകളൊക്കെ അപ്രത്യക്ഷമായിപ്പോയിരിക്കുന്നു. തിയേറ്ററിനു മുന്നിൽ അമ്മയേയും കാത്ത് കുട്ടിക്കാലത്ത് താൻ ഇരിക്കാറുണ്ടായിരുന്ന മഥുറിൻ സ്ട്രീറ്റിലെ കഫേയിലോ, അതോ മുമ്പ് കൂടെക്കൂടെ പോകുമായിരുന്ന സാലസാറെ സ്റ്റേഷനിലോ ആയിരുന്നെങ്കിലോ? ഓർമകൾക്ക് കൂടുതൽ തെളിച്ചമുണ്ടാവുമായിരുന്നോ?. ഹേയ് അങ്ങനെ വരില്ല. ഇത് ആ പഴയ നഗരമേയല്ല.

-ഷോൺ ഡറാൺ?

ഡറാൺ ശബ്ദം തിരിച്ചറിഞ്ഞു. ഒരു നാല്പതുകാരൻ. കൂടെ ഒരു യുവതി.

-ഞാൻ ഷീൽ ഒട്ടൊലിനി.

അതേ ശബ്ദം, പതിഞ്ഞ ഭീഷണിപ്പെടുത്തുന്ന സ്വരം. കൂടെയുള്ള യുവതിയെ ചൂണ്ടി ഒട്ടൊലിനി പറഞ്ഞു ഷാന്റാൽ ഗ്രിപ്പേ, എന്റെ സുഹൃത്ത്.

ഡറാൺ അനങ്ങിയില്ല. ശരീരഭാഷകൊണ്ടുപോലും സ്വാഗതമോതിയില്ല. അവരിരുവരും അയാൾക്കു മുന്നിലായി ഇരുന്നു.

-ക്ഷമിക്കണം..... ഞങ്ങളല്പം താമസിച്ചു പോയി.

സ്വരത്തിലും ഭാവത്തിലും അല്പം വ്യംഗതയുണ്ടോ? ശബ്ദം അതു തന്നെ. ഒരല്പം തെക്കൻ ചുവയുണ്ട്. ഇന്നലെ അക്കാര്യം ശ്രദ്ധയിൽ പെട്ടില്ല. വിളറിയ നിറം, കറുത്ത കണ്ണുകൾ, നീണ്ടുകൂർത്ത മൂക്ക്. ഒരു

വശത്തു നിന്നു നോക്കുമ്പോൾ, ചെതുക്കിയെടുത്തതു പോലുള്ള, മേദസ്സില്ലാത്ത മുഖം

-ഇതാ നിങ്ങൾക്ക് അവകാശപ്പെട്ടത്.

ഭീഷണിയെ വ്യംഗം കൊണ്ടു മൂടിവെക്കാനുള്ള ആഗതന്റെ ശ്രമം? പോക്കറ്റിൽ നിന്നു പുറത്തെടുത്ത അഡ്രസ് ബുക്കിനു മുകളിലായി വിരലുകൾ വിടർത്തി സ്വന്തം കൈപ്പത്തിയും സ്ഥാപിച്ചു ഒട്ടൊലിനി. അതെന്താ താൻ എടുക്കരുതെന്നാണോ സൂചന?.

യുവതി അല്പം അകന്നാണ് ഇരിക്കുന്നത്. യാതൊരു കാരണ വശാലും ശ്രദ്ധ തന്നിലേക്ക് തിരിയരുത് എന്നു നിർബന്ധമുള്ളതു പോലെ. കടും തവിട്ടു നിറമുള്ള നീണ്ട മുടി. മുപ്പതു വയസ്സു കാണും. കറുത്ത ഷർട്ടും പാന്റ്സുമാണ് വേഷം. അല്പം അസ്വസ്ഥതയോടെ ഡറാണിനെ നോക്കുന്നുണ്ട്. അവളുടെ കവിളെല്ലുകളും ഇടുങ്ങിയ കണ്ണുകളും ഡറാൺ ശ്രദ്ധിച്ചു വിയറ്റ്നാംകാരിയാണോ അതോ ചൈനക്കാരിയോ?

-ആട്ടെ, ഈ ഡയറി എവിടന്നാ കിട്ടിയത്?

-താഴെ വീണുകിടന്നിരുന്നു, ലിയോങ് സ്റ്റേഷനിലെ ബെഞ്ചിനടി യിൽ.

ഒട്ടൊലിനി നല്കിയ അഡ്രസ് ബുക്ക് ഡറാൺ സ്വന്തം പോക്കറ്റിൽ തിരുകി. ശരിയാണ്. അയാളോർത്തു അന്ന് ഫ്രഞ്ചു റിവിയെറയിലേക്കു പോകുമ്പോൾ വളരെ നേരത്തെ ഗാർദു ലിയോങ് സ്റ്റേഷനിലെത്തിയത്, ഒന്നാംനിലയിലെ റെസ്റ്റോറന്റിലിരുന്നത്...

-എന്തെങ്കിലും കഴിക്കണോ?

ഒട്ടൊലിനി അന്വേഷിച്ചു. ഡറാണിന് എത്രയും വേഗം പോയാൽ ക്കൊള്ളാം എന്നുണ്ടായിരുന്നു. പക്ഷേ മനസ്സു മാറ്റി.

-ഒരു ഷെപ്സ് സോഡ.

ഒട്ടൊലിനി യുവതിയോടു പറഞ്ഞു -ചെന്നു നോക്കൂ, ഓർഡർ എടു ക്കാൻ ആരെങ്കിലുമുണ്ടോയെന്ന്. എനിക്കൊരു കോഫിയും.

അവളുടൻ എഴുന്നേറ്റു. ഒട്ടൊലിനിയെ അനുസരിക്കുന്നവളാണെന്നു വ്യക്തം

അഡ്രസ്സു ബുക്ക് നഷ്ടപ്പെട്ടത് വലിയ ബുദ്ധിമുട്ടായിത്തീർന്നിരിക്കും, ഇല്ലേ?

വീണ്ടും അതേ ഇളിഭ്യച്ചിരി. തന്നെ അവഹേളിക്കാനുള്ള പുറപ്പാ ടാണോ? ഒരു വേള പരുങ്ങലും ജാള്യതയും മറയ്ക്കാനുള്ള ശ്രമ മാണെന്നും വരാം.

-ഹേയ് ഇല്ലില്ല. ഞാനങ്ങനെ ആർക്കും ഫോൺ ചെയ്യാറില്ല.

അപരിചിതന്റെ മുഖത്ത് അന്ധാളിപ്പ്. യുവതി തിരിച്ചെത്തി, സ്വസ്ഥാന ത്തിരുന്നു.

-ഇനി സർവീസില്ലത്രെ, കഫേ അടയ്ക്കാൻ സമയമായി.

യുവതിയുടെ ശബ്ദം ആദ്യമായാണ് ഡറാൺ കേൾക്കുന്നത്. കര കരത്ത ശബ്ദം, സുഹൃത്തിന്റേതു പോലെ തെക്കൻ ചുവയൊന്നുമില്ല. വേണമെങ്കിൽ പാരീഷ്യൻ ചുവയുണ്ടെന്നു പറയാം, അങ്ങനെയൊന്നു ണ്ടെങ്കിൽ. ഡറാൺ അന്വേഷിച്ചു

-ഇവിടെ അടുത്താണോ ജോലി?

-അതെ. അഡ്വർട്ടൈസിംഗ് ഏജൻസിയാണ്. പാസ്കീ റോഡിൽ. സ്വീർട്ട്സ് ഏജൻസി.

-നിങ്ങളും?

ഡറാൺ യുവതിയുടെ നേരെ തിരിഞ്ഞു ചോദിച്ചു.

യുവതിയെ ഉത്തരം പറയാൻ അനുവദിക്കാതെ ഒട്ടൊലിനിയാണ് മറുപടി പറഞ്ഞത്.

-ഹേയ് അല്ല. തത്കാലം അവളൊന്നും ചെയ്യുന്നില്ല.

വീണ്ടും അതേ ചിരി. യുവതിയും ചിരിച്ചെന്നു വരുത്തി. ഡറാണിന് പോകാൻ തിടുക്കമായി. ഉടൻ അങ്ങനെ ചെയ്തില്ലെങ്കിൽപ്പിന്നെ ഇവ രിൽ നിന്നു ഒരുകാലത്തും രക്ഷ നേടാനായില്ലെന്നു വരും.

-ഞാനൊരു കാര്യം തുറന്നു പറയട്ടെ?

അയാൾ ഡറാണിനു നേരെ ചാഞ്ഞു. സ്വരത്തിന് കൂടുതൽ തീക്ഷ്ണത. ഇന്നലെ ഫോണിൽ സംസാരിച്ചപ്പോഴുണ്ടായ അതേ വികാരം ഡറാണിന് വീണ്ടും അനുഭവപ്പെട്ടു. അതെ, ഈ മനുഷ്യൻ ഒരു അട്ടയെപ്പോലെ കടിച്ചു തൂങ്ങുകയാണ്.

-ഞാൻ നിങ്ങളുടെ അഡ്രസ്സുബുക്കു മറിച്ചു നോക്കി. ...വെറുതെ ഒരു കൗതുകത്തിന്. അത്രമാത്രം

യുവതി തല വെട്ടിച്ചിരിക്കയാണ്. ഈ പറയുന്നതൊന്നും താൻ കേൾക്കുന്നില്ലെന്ന ഭാവം .

-നിങ്ങൾക്ക് രസിച്ചില്ലെന്നു തോന്നുന്നു?

ഡറാൺ അയാളെ നേർക്കു നേരെ നോക്കി. ഒട്ടൊലിനിയും നോട്ടം മാറ്റിയില്ല.

-എനിക്കെന്തിന് രസക്കേടു തോന്നണം?

നിശ്ശബ്ദത. ഒടുവിൽ ഒട്ടൊലിനി നോട്ടം താഴ്ത്തി. അതേ സ്വരത്തിൽ പറഞ്ഞു

-നിങ്ങളുടെ അഡ്രസ് ബുക്കിൽ ഞാനൊരു പേരു കണ്ടു. ആ വ്യക്തിയെക്കുറിച്ച് കൂടുതൽ വിവരങ്ങൾ തരാമോ.....?

പിന്നെ കുറെക്കൂടി ഭവ്യതയോടെ ഒട്ടൊലിനി തുടർന്നു

-എന്റെ വിവരക്കേട് ക്ഷമിക്കണം.

തുറന്നു കിടക്കുന്ന വാതിലിലൂടെ ഔസ്മാൻ ബുളെവാഡിലേക്കു പാഞ്ഞുചെന്ന് ആവോളം ശുദ്ധവായു ശ്വസിക്കുവാനുള്ള അതിയായ മോഹം അടക്കി വെച്ച് ഏറിയ വൈമനസ്യത്തോടേയാണ് ഡറാൺ ആരാഞ്ഞത്.

-ആരാണത്?

-ഒരു ഗീ ടോർസ്റ്റിൽ.

ശ്രോതാവിന്റെ ഉറങ്ങിക്കിടക്കുന്ന ഓർമകളെ തട്ടിയുണർത്താനെന്ന മട്ടിൽ ഓരോ അക്ഷരവും അമർത്തിയമർത്തി വ്യക്തമായും സ്പഷ്ട മായുമാണ് ഒട്ടൊലിനി ആ പേര് ഉച്ചരിച്ചത്,

-എന്താ പറഞ്ഞത്?

-ഗീ ടോർസ്റ്റിൽ.

ഡറാൺ പോക്കറ്റിൽ നിന്ന് പുസ്തകമെടുത്തു. ടി എന്ന ഇംഗ്ലീഷ് അക്ഷരപ്പേജ് തുറന്നു. പേജിന്റെ ഏറ്റവും മുകളിലായി എഴുതി യിട്ടുണ്ട് ടോർസ്റ്റിൽ, ഗീ. പക്ഷേ അതാരാണെന്ന് അയാൾക്ക് ഒരു രൂപവു മില്ല.

-ഇതാരാണാവോ എനിക്കറിയില്ല.

-സത്യമാണോ?

ഒട്ടൊലിനിയുടെ ഇച്ഛാഭംഗം പ്രകടമായി. ഡറാൺ താളുകൾ മറിച്ചു. ടോർസ്റ്റിലിന്റേത് ഏഴക്ക നമ്പറാണ്. മറ്റുള്ളവയൊക്കെ പത്തക്ക സംഖ്യ കളാണ്. ഈ അഡ്രസ് ബുക്ക് താൻ ഉപയോഗിക്കാൻ തുടങ്ങിയിട്ട് അഞ്ചു കൊല്ലമേ ആയുള്ളുതാനും. അയാൾ പറഞ്ഞു.

-ദേ നോക്കൂ ഈ ഫോൺ നമ്പറിന് ഏഴു അക്കങ്ങളേയുള്ളു. മുപ്പതു കൊല്ലം പഴക്കമുള്ള നമ്പറാവണം.

-ഈ പേരിന് നിങ്ങളെ സംബന്ധിച്ചേടത്തോളം ഒരു പ്രസക്തിയു മില്ല?

-ഇല്ല.

മുമ്പായിരുന്നെങ്കിൽ ഡറാൺ കുറെക്കൂടി സന്മനസ്സു കാട്ടിയിരു ന്നേനെ. ഇങ്ങനെ പറഞ്ഞിരുന്നേനെ കുറച്ചു സാവകാശം തരൂ, ഈ കുരുക്കൊന്നഴിക്കാൻ. പക്ഷേ വാക്കുകൾ പുറത്തു വരുന്നില്ല.

പൊടുന്നനെ ഒട്ടൊലിനി പ്രതിരോധിക്കുകയാണ്

-ഇതൊരു ന്യൂസ് സ്റ്റോറിക്കു വേണ്ടിയാണ്. ഞാനൊരു പാട് രേഖ കൾ ശേഖരിച്ചിട്ടുണ്ട്. അതിൽ ഈ പേരുണ്ട്......

-എന്തു തരം ന്യൂസ് സ്റ്റോറി?

ഈ ചുറ്റുവട്ടത്ത്
നിനക്ക് വഴി തെറ്റാതിരിക്കാൻ

ഡറാൺ യാന്ത്രികമായി ചോദിച്ചു. സാമാന്യ മര്യാദയെന്ന പഴയ സ്വഭാവം അയാൾ കുറച്ചൊക്കെ വീണ്ടെടുത്തിരിക്കുന്നു.

-വളരെ പഴയൊരു വാർത്തയെ കേന്ദ്രീകരിച്ചാണ്. ഞാനതേപ്പറ്റി ഒരു ലേഖനം എഴുതുകയാണ്. ഇതിനു മുമ്പ് ഞാനൊരു ജേർണലിസ്റ്റ് ആയിരുന്നു.

ഡറാണിന്റെ ശ്രദ്ധ കുറഞ്ഞിരിക്കുന്നു. ഇവരുടെ പിടിയിൽനിന്ന് എത്രയും വേഗം രക്ഷപ്പെടണം അല്ലെങ്കിൽ ഇവർ തന്റെ ജീവനെടുക്കും.

അയാൾ പറഞ്ഞു

-ക്ഷമിക്കണം. ഈ ടോർസ്റ്റിൽ ആരാണെന്ന് എനിക്കോർമയില്ല. എന്റെ ഈ പ്രായത്തിൽ ഓർമക്കുറവ് സാധാരണമാണ്. ക്ഷമിക്കണം, ഇനി ഞാൻ പോട്ടെ.

അയാളെഴുന്നേറ്റു. രണ്ടുപേരുടേയും കൈപിടിച്ചു കുലുക്കി. ഒട്ടൊലിനി അയാളെ തറപ്പിച്ചു നോക്കി. അപമാനിക്കപ്പെട്ട ഭാവം, അക്രമാസക്തനായേക്കാമെന്ന പോലെ. യുവതി താഴേക്ക് കണ്ണും നട്ടിരിപ്പാണ്. ഒട്ടൊലിനി തന്റെ വഴിമുടക്കുകയില്ലെന്ന വിശ്വാസത്തോടെ, തുറന്നു വെച്ച ചില്ലുവാതിലിലൂടെ ഡറാൺ ഔസ്മാൻ ബുളേവാഡിലെത്തി. ഉന്മേഷം പകരുന്ന ശുദ്ധവായു. എന്തൊരു വിചിത്രമായ അനുഭവമാണെന്നു നോക്കണം. മുമ്പ് പരിചയമില്ലാത്ത വ്യക്തികളുമായി ഒരു കൂടിക്കാഴ്ച. അതും കഴിഞ്ഞ മൂന്നു മാസമായി ആരുമായും ബന്ധപ്പെടാത്ത താൻ. മനുഷ്യരെപ്പറ്റിയുള്ള ദുഃശ്ചിന്തകൾ കൊണ്ടായിരുന്നില്ല മറ്റുള്ളവരിൽ നിന്ന് ഒഴിഞ്ഞുമാറി നിന്നത്...... കാര്യം നേരെ മറിച്ചാണ്.

ഏകാന്തത ഇതിനു മുമ്പ് ഇത്രയും ലാഘവമായി, സുഖദമായി അയാൾക്ക് അനുഭവപ്പെട്ടിട്ടില്ല. രാവിലേയും വൈകുന്നേരവും മനസ്സിനകത്ത് അതിനിഗൂഢമായൊരു ഉന്മേഷം.... എന്തും സാധ്യമാണെന്നൊരു പ്രതീതി. ആ പഴയ സിനിമാപ്പേരു പോലെ പ്രചോദനപരവും സാഹസികവുമായ സംരംഭങ്ങൾ ഇതാ ആ വഴിത്തിരിവിൽ..... യൗവനദശയിൽ പോലും വേനൽക്കാലങ്ങളിൽ ഒരിക്കലും ജീവിതത്തിന് ഇത്രയും ഭാരമില്ലായ്മ അനുഭവപ്പെട്ടിട്ടില്ല. പക്ഷേ ഇത്തവണ വേനൽക്കാലം തുടങ്ങിയതു മുതൽ തനിക്ക് അത്തരമൊരു അനുഭൂതി.

വേനൽക്കാലങ്ങളിൽ എല്ലാം എത്ര മഹത്തരം. ഈ ഋതുവിന് ഒരാധ്യാത്മിക പരിവേഷമുണ്ട്. ഫിലോസഫി പ്രൊഫസർ മോറിസ് കേവിംഗ് ആണ് അതു പറഞ്ഞത്. വിചിത്രം തന്നെ. കേവിംഗിനെ ഓർത്തെടുക്കാനായി, പക്ഷേ ഈ ടോർസ്റ്റിൽ ആരാണാവോ?

ആരാണ് ടോർസ്റ്റിൽ? സൂര്യൻ ഇനിയും അസ്തമിച്ചിട്ടില്ല, ഇളങ്കാറ്റ് ചൂടിന് അല്പമൊരു ശമനമേകുന്നു. ഔസ്മാൻ ബുളേവാഡ് വിജനമാണ്.

കഴിഞ്ഞ അമ്പതു വർഷങ്ങളിൽ പലപ്പോഴും ഇതുവഴി കടന്നു പോയിട്ടുണ്ട്. ബാല്യകാലത്ത് അമ്മയോടൊപ്പം ഈ ബുളേവാഡിന്റെ മറ്റേയറ്റത്തുള്ള പ്രന്റോ എന്നു പേരുള്ള വലിയൊരു കടയിൽ പോകുമായിരുന്നു. പക്ഷേ ഇന്ന് ഈ നഗരം അയാൾക്ക് അപരിചിതമാണ്. ഏതോ ഒരു വിദേശനഗരം പോലെ. ഇവിടെ നങ്കൂരമിടാനാകുന്നില്ല. ഈ നഗരവുമായി തന്നെ ബന്ധിപ്പിക്കുന്ന എല്ലാ കണ്ണികളും തനിക്കു നഷ്ടമായിരിക്കുന്നു, അതോ ഈ നഗരമാണോ തന്നെ തിരസ്കരിച്ചത്?

അയാൾ ബെഞ്ചിലിരുന്നു, പോക്കറ്റിൽ നിന്ന് അഡ്രസ്സു ബുക്കെടുത്തു. അത് വലിച്ചു കീറി തൊട്ടടുത്തുള്ള പച്ച പ്ലാസ്റ്റിക് ചവറ്റുകൂടയിൽ ഇടാൻ ഒരുങ്ങിയതാണ്. പിന്നെന്തോ ഒന്നു മടിച്ചു. വേണ്ട, ഇവിടെ വെച്ച്, ഇപ്പോൾ വേണ്ട, വീട്ടിലെത്തി സാവകാശം ചെയ്യാം. അയാൾ താളുകൾ മറിച്ചു നോക്കി. ഓർമിച്ചുവെക്കേണ്ടതായ ഒരൊറ്റ നമ്പർ പോലുമില്ല. ഇതിലില്ലാത്ത രണ്ടോ മൂന്നോ നമ്പറുകൾ, അവ വേണ്ടപ്പെട്ടവരുടേതാണ്, അതൊക്കെ ഹൃദിസ്ഥവുമാണ്, അവരെയൊന്നും ഈയിടെ കുറെക്കാലമായി കാണാറില്ലെങ്കിലും.

രാവിലെ ഒമ്പതു മണിക്ക് ഫോൺ ശബ്ദിച്ചു. അയാൾ ഉണർന്നെണീറ്റിട്ടേ ഉണ്ടായിരുന്നുള്ളു.

-മിസ്റ്റർ ഡറാൺ, ഇത് ഞാനാണ്. ഷീൽ ഒട്ടൊലിനി.

ശബ്ദം ഇന്നലത്തെയത്ര പ്രകോപനപരമല്ല, ഭീഷണിയുമില്ല.

-ഇന്നലെ..... ഞാൻ നിങ്ങളെ ശല്യപ്പെടുത്തിയെന്നു തോന്നുന്നു.....

ആഹാ സ്വരത്തിലെന്തൊരു മര്യാദ, അല്പം ബഹുമാനവുമുണ്ട്. ഇന്നലത്തെപ്പോലെയല്ല, ഡറാണിനെ നീരസപ്പെടുത്തിയ ആ അട്ടകടിയില്ല.

-ഇന്നലെ നിങ്ങളുടെ പുറകെ വരണമെന്നാണ് വിചാരിച്ചത്. പക്ഷേ, നിങ്ങൾ പെട്ടെന്നെഴുന്നേറ്റ് പൊയ്ക്കളഞ്ഞു.

പിന്നെ നിശ്ശബ്ദത. പക്ഷേ അതിൽ ഭീഷണിയില്ല. ഒട്ടൊലിനി തുടർന്നു:

-ഞാൻ നിങ്ങളുടെ പലേ പുസ്തകങ്ങളും വായിച്ചിട്ടുണ്ട്, കേട്ടോ. പ്രത്യേകിച്ച് കറുത്ത വസന്തം

കറുത്ത വസന്തം? ഏതാനും നിമിഷങ്ങളെടുത്തു, അതെന്താണെന്നു മനസ്സിലാക്കാൻ. നോവലാണ്, പണ്ടെന്നോ താനെഴുതിയ പുസ്തകമാണ്. തന്റെ ആദ്യത്തെ രചന. അതെത്രയോ കാലം മുമ്പേയായിരുന്നല്ലോ....

-എനിക്ക് കറുത്ത വസന്തം വളരെ ഇഷ്ടപ്പെട്ടു, സർ. നമ്മൾ ഇന്നലെ സംസാരിച്ച പേര് ടോർസ്റ്റിൽ, അത് ആ പുസ്തകത്തിലുണ്ട്.

ഡറാണിന് ആ പേരോ പുസ്തകത്തിലെ പ്രമേയമോ ഓർമ വരുന്നില്ല.

-നിങ്ങൾക്ക് ഉറപ്പാണോ?

-അതെ, നിങ്ങൾ ആ പേര് പുസ്തകത്തിലൊരിടത്ത് പറഞ്ഞിട്ടുണ്ട്...

-പുസ്തകം രണ്ടാമതൊന്ന് വായിക്കേണ്ടി വരും, പക്ഷേ എന്റെ കൈവശം ഒരൊറ്റ കോപ്പി പോലും ഇല്ല.

-അതിനെന്താ ഞാൻ എന്റെ കോപ്പി തന്നേക്കാം.

ഒട്ടൊലിനിയുടെ സ്വരത്തിൽ വിരക്തിയുണ്ടോ, ഒരല്പം നീരസം?. ഹേയ്! ഇല്ലില്ല. താൻ തെറ്റിദ്ധരിക്കയാണ്. സംശയമില്ല. ദീർഘകാലമായുള്ള ഏകാന്തവാസം കൊണ്ടാണ്. ഈ വേനൽക്കാലം തുടങ്ങിയതു മുതൽ താൻ ആരോടും സംസാരിച്ചിട്ടില്ല. അതു കാരണമാവാം സഹജീവികളെ ഇത്ര സംശയവും അവിശ്വാസവും. ആരെങ്കിലും നല്ലതു പറഞ്ഞാൽ പോലും താൻ തെറ്റിദ്ധരിക്കുന്നു. അവരൊന്നും അത്രയ്ക്കങ്ങ് മോശക്കാരാവാനിടയില്ല.

-ഇന്നലെ നമുക്ക് വിശദാംശങ്ങൾ സംസാരിക്കാനായില്ല. ആട്ടെ, നിങ്ങൾക്ക് എന്താ ഈ ടോർസ്റ്റിലുമായി.?

ഡറാൺ തന്റെ സൗഹൃദഭാവം വീണ്ടെടുത്തിരിക്കുന്നു. ആരോടെങ്കിലുമൊന്ന് സംസാരിച്ചു തുടങ്ങിയാൽ മതി, പിരിമുറുക്കം പതുക്കെ അയയും. വ്യായാമം ചെയ്യുന്തോറും സന്ധിബന്ധങ്ങൾക്ക് അയവു വരും പോലെ, മെയ്‌വഴക്കം കൂടുമ്പോലെ.

-അത് വളരെ പഴയൊരു വാർത്തയുമായി ബന്ധപ്പെട്ടതാണ്.... അടുത്ത തവണ കാണുമ്പോൾ ഞാനാ രേഖകളൊക്കെ നിങ്ങളെ കാണിക്കാം.... ഞാൻ പറഞ്ഞല്ലോ.... ഒരു ലേഖനമെഴുതുകയാണെന്ന്....

ഈ വ്യക്തി തന്നെ വീണ്ടും കാണാൻ ആഗ്രഹിക്കുന്നുവെന്നോ? ആയ്ക്കോട്ടെ. ജീവിതത്തിലേക്ക് പുതിയ വ്യക്തികൾ കടന്നു വരുന്നതിനെപ്പറ്റി ആലോചിക്കാൻതന്നെ വൈമനസ്യം തോന്നും. പക്ഷേ മറ്റു ചിലപ്പോൾ നേരെമറിച്ചും. വേണ്ടുവോളം സമയമുണ്ടല്ലോ പിന്നെന്താ എന്ന മട്ട്. ഓരോരോ ദിവസം ഓരോരോവിധം മനോഭാവം. ഡറാൺ ചോദിച്ചു

-ശരി, ഞാനെന്താണ് ചെയ്യേണ്ടത്?

-എനിക്ക് ജോലിസംബന്ധമായി രണ്ടു ദിവസത്തെ യാത്രയുണ്ട്. തിരിച്ചുവന്ന ശേഷം വിളിക്കാം. എന്നിട്ട് നമുക്ക് വീണ്ടും തമ്മിൽ കാണാം.

-ശരി, എന്നാലങ്ങനെയാവട്ടെ.

ഇന്നലത്തെപ്പോലുള്ള മാനസികാവസ്ഥയല്ല ഇന്ന്. ഇന്നലെ ഷീൽ ഒട്ടൊലിനിയോട് താൻ സാമാന്യമര്യാദ പോലും കാട്ടിയില്ല. തീരെ മോശമായ രീതിയിലാണ് അയാളെ നോക്കിക്കണ്ടത്..... കഴിഞ്ഞ കുറെ മാസങ്ങളായി ശബ്ദിക്കാതിരുന്ന ഫോൺ... പൊടുന്നനെയാണ് ഉച്ച നേരത്ത് ശബ്ദിക്കാൻ തുടങ്ങിയത്; ഉറക്കത്തിൽ നിന്ന് ഞെട്ടിയുണരേണ്ടി വന്നത്, അതാണ് എല്ലാത്തിനും കാരണം. അതാണ് തന്നെ ഭയപ്പെടുത്തിയത് - ആരോ അതിരാവിലെ ഭീഷണിപ്പെടുത്തുംവിധം വാതിൽക്കൽ മുട്ടുന്നപോലെ.

അയാൾക്ക് കറുത്ത വസന്തം വായിക്കണമെന്നില്ല. അഥവാ വായിച്ചാൽത്തന്നെ അതു മറ്റാരോ എഴുതിയതാണെന്നുവരെ തോന്നിപ്പോകും.

ഈ ചുറ്റുവട്ടത്ത്
നിനക്ക് വഴി തെറ്റാതിരിക്കാൻ

ഒട്ടോലിനിയോടു പറയാം ടോർസ്റ്റിലിനെപ്പറ്റി പരാമർശിക്കുന്ന പേജുകളുടെ പകർപ്പെടുത്തു തരാൻ. അതുമതിയാവും ഈ കഥാപാത്രത്തെപ്പറ്റി എന്തെങ്കിലുമൊക്കെ ഓർത്തെടുക്കാൻ.

അയാൾ അഡ്രസ്സുബുക്കു തുറന്നു, T എന്ന പേജെടുത്തു. ടോർസ്റ്റിൽ, ഗീ 423 40 55 എന്നെഴുതിയിരുന്നതിന് നീല ഡോട്ട് പെന്നുകൊണ്ട് അടിവരയിട്ടു. എന്നിട്ട് പേരിനു തൊട്ടടുത്തൊരു ചോദ്യചിഹ്നവും. ഈ പുസ്തകത്തിലെ പേരുകളൊക്കെ മുപ്പതു കൊല്ലം പഴക്കമുള്ള മറ്റൊരു അഡ്രസ്സു ബുക്കിൽ നിന്ന് നാലഞ്ചു കൊല്ലം മുമ്പ് പകർത്തിയെഴുതിയതാണ്. അന്ന് ആവശ്യമില്ലാത്ത പേരുകളും നമ്പറുകളുമൊക്കെ നീക്കം ചെയ്യുകയും ചെയ്തു. അബദ്ധവശാൽ, തന്റെ അശ്രദ്ധ കാരണം ടോർസ്റ്റിൽ ഈ പേജിൽ കയറിക്കൂടിയതാവണം. മുപ്പതു കൊല്ലം മുമ്പുള്ള ആ പഴയ അഡ്രസ്സു ബുക്ക് തെരഞ്ഞു പിടിക്കണം. ഒരു വേള ഭൂതകാലത്തിലെ മറ്റനേകം പരിചിതരുടെ പേരുകൾക്കിടയിൽ ടോർസ്റ്റിൽ എന്ന പേരും കാണുമ്പോൾ എന്തെങ്കിലുമൊക്കെ ഓർമ വന്നെന്നിരിക്കും.

പക്ഷേ ഇന്നിനി വയ്യ. അലമാരകളും വലിപ്പുകളും വലിച്ചുതുറന്ന് ചികഞ്ഞുനോക്കാൻ വയ്യ. കറുത്ത വസന്തം വായിക്കാനുള്ള താത്പര്യവും തോന്നുന്നില്ല. മാത്രമല്ല, ഈയിടെയായി അയാളുടെ വായന കുറഞ്ഞു കുറഞ്ഞ് ഒരൊറ്റ രചയിതാവിൽ ഒതുങ്ങി നില്ക്കയാണ്. ബഫോൺ.* ബഫോണിന്റെ രചനകളിലെ സ്പഷ്ടത അയാൾക്ക് ആശ്വാസമേകുന്നു. ഈ രചയിതാവ് തന്നെ മുമ്പേ സ്വാധീനിച്ചിരുന്നെങ്കിൽ തന്റെ നോവലുകളിലെ കഥാപാത്രങ്ങൾ മൃഗങ്ങളും, പൂക്കളും മരങ്ങളുമായിരുന്നേനെ. ആരെപ്പോലെ ആവാനാണ് മോഹമെന്ന് ഇന്ന് ആരെങ്കിലും തന്നോടു ചോദിച്ചിരുന്നെങ്കിൽ താൻ നിസ്സംശയം പറയും ബഫോണിനെപ്പോലെ, പൂക്കളേയും മരങ്ങളേയും പറ്റി എഴുതുന്നവൻ.

---

* ബഫൺ പ്രഭു ഷോർഷ് ലൂയി ലുക്ലെർ (1707–1788) – ഫ്രഞ്ചു പ്രകൃതി ശാസ്ത്രജ്ഞൻ.

ഉച്ചയ്ക്ക് ഫോൺ വീണ്ടും ശബ്ദിച്ചു. കഴിഞ്ഞ ദിവസത്തെപ്പോലെ, അതേ സമയത്ത്. ഒട്ടോലിനി ആയിരിക്കുമെന്നാണ് അയാൾ കരുതിയത്. പക്ഷേ അല്ല, ഒരു സ്ത്രീ ശബ്ദം.

-ഷാന്റാൽ ഗ്രിപ്പേയാണ്... ഓർക്കുന്നില്ലേ, ഇന്നലെ ഷീലിനോടൊപ്പം.. കണ്ടത്.... ഞാൻ ശല്യപ്പെടുത്തുകയാണോ?

പതിഞ്ഞ സ്വരം. ഇടർച്ച കൊണ്ടാവാം, സ്പഷ്ടമല്ല. അല്പ നേരത്തെ നിശ്ശബ്ദത

-സർ, എനിക്ക് നിങ്ങളെ കാണണമെന്നുണ്ട്. ഷീലിനെപ്പറ്റി പറയാനാണ്.

സ്വരം മെച്ചപ്പെട്ടിരിക്കുന്നു. അതായത് ഷാന്റാൽ ഗ്രിപ്പേ സങ്കോചം മറി കടന്നെന്നർഥം.

ഇന്നലെ നിങ്ങൾ പൊടുന്നനെ പൊയ്ക്കളഞ്ഞപ്പോൾ ഷീലിനു തോന്നി, ദേഷ്യപ്പെട്ടിട്ടാണെന്ന്. അയാൾ ജോലി സംബന്ധമായി രണ്ടു ദിവസത്തേക്ക് ലിയോണിലേക്കു പോയിരിക്കയാണ്. നമുക്കു തമ്മിൽ കാണാനാവുമോ ഇന്ന് വൈകുന്നേരത്ത് എപ്പഴെങ്കിലും?

വെള്ളത്തിലേക്കു കൂപ്പുകുത്തുന്നതിനു തൊട്ടുമുമ്പ് ക്ഷണനേരത്തേക്ക് നീന്തൽക്കാരനു തോന്നിയേക്കാവുന്ന ശങ്ക. അത് ഷാന്റാൽ ഗ്രിപ്പേയെ വിട്ടകന്നിരിക്കുന്നു. ഇപ്പോൾ സ്വരത്തിൽ ആത്മവിശ്വാസം.

-അഞ്ചു മണിക്കുശേഷം വരാനാവുമോ, സർ? ഞാൻ താമസിക്കുന്നത് 118, ഷാറൺ റോഡിലാണ്.

ഡറാൺ അഡ്രസ് കുറിച്ചെടുത്തു. ടോർസ്റ്റിലിന്റെ പേജിൽത്തന്നെ.

-നാലാം നിലയിലാണ്, തളത്തിന്റെ അങ്ങേയറ്റത്ത്. പോസ്റ്റ് ബോക്സിൽ പേരുണ്ട് ജോസ്ഫൈൻ ഗ്രിപ്പേ. പക്ഷേ ഞാനെന്റെ പേരു മാറ്റി.......

-ശരി, 118 ഷാറൺ റോഡ്, നാലാം നില, വൈകിട്ട് ആറുമണിക്ക്

ഡറാൺ ആവർത്തിച്ചു.

-അതെ, അതുതന്നെ.... നമുക്ക് ഷീലിനെപ്പറ്റി സംസാരിക്കാനുണ്ട്......

അവൾ ഫോൺ വെച്ചു. അവൾ അവസാനം പറഞ്ഞ നമുക്ക് ഷീലിനെപ്പറ്റി സംസാരിക്കാനുണ്ട് എന്ന വാചകം ഡറാണിന്റെ തലയ്ക്കകത്ത്

ഈരടി പോലെ പ്രതിധ്വനിച്ചുകൊണ്ടേയിരുന്നു. എന്തിനേ പേരു മാറ്റിയതെന്ന് അവളോടു ചോദിക്കണം.

ഇഷ്ടിക കൊണ്ടുള്ള കെട്ടിടം. റോഡിൽ നിന്ന് അല്പം പുറകോട്ടായിട്ടാണ്, ചുറ്റിലുമുള്ള മറ്റു കെട്ടിടങ്ങളേക്കാളും ഉയരമുണ്ട്. ലിഫ്റ്റുപയോഗിക്കുന്നതിനു പകരം പടികൾ ചവുട്ടിക്കയറി നാലാം നിലയിലെത്താനാണ് ഡറാൺ ഇഷ്ടപ്പെട്ടത്.

തളത്തിന്റെ അങ്ങേയറ്റത്തെ വാതിലിൽ ജോസ്ഫൈൻ ഗ്രിപ്പേയുടെ വിസിറ്റിംഗ് കാർഡ് ഒട്ടിച്ചു വെച്ചിട്ടുണ്ട്. കടുംനീല മഷികൊണ്ട് ജോസ്ഫൈൻ എന്ന പേരു വെട്ടി, ഷാന്റാൽ എന്നെഴുതിയിരിക്കുന്നു. അയാൾ കാളിംഗ് ബെല്ലടിക്കാൻ തുടങ്ങുമ്പോഴേക്കും വാതിൽ തുറക്കപ്പെട്ടു. കഴിഞ്ഞ ദിവസം കഫേയിൽ കണ്ടതുപോലെ വേഷം കറുപ്പു തന്നെ.

–ബെല്ലു കേടായിരിക്കുന്നു. പക്ഷേ നിങ്ങളുടെ കാലടി ശബ്ദം ഞാൻ കേട്ടു.

അവൾ പുഞ്ചിരിച്ചു കൊണ്ട് വാതിൽക്കത്തന്നെ നില്ക്കയാണ്. അയാളെ അകത്തേക്കു കടത്താൻ മടിച്ചിട്ടാണെന്നു വരുമോ? അയാൾ പറഞ്ഞു.

–വേണമെങ്കിൽ നമുക്ക് പുറത്തെവിടേയെങ്കിലും പോയി കോഫിയോ മറ്റോ കഴിക്കാം....

–അയ്യോ വേണ്ട, വേണ്ട. വരൂ അകത്തേക്കു വരൂ.

ശരാശരി വലിപ്പമുള്ള റൂം. അറ്റത്ത് തുറന്നു കിടക്കുന്ന മറ്റൊരു വാതിൽ ബാത്റൂമിലേക്കുള്ളതാവണം. മച്ചിൽ തൂങ്ങിക്കിടക്കുന്ന ഒരു ബൾബ്.

–ഇതത്ര കേമം മുറിയൊന്നുമല്ല. എന്നാലും നമുക്ക് സംസാരിക്കാൻ ഏറ്റവും പറ്റിയ സ്ഥലമാണ്.

രണ്ടു ജനാലകൾക്കിടയിലായി ഒരു ചെറിയ മേശയും കസേരയും. അവളാ കസേര എടുത്തു കൊണ്ടു വന്ന് കട്ടിലിനു സമീപം വെച്ചു. എന്നിട്ട് അയാളോടു പറഞ്ഞു.

–ഇരിക്കൂ.

അവൾ കിടക്കയുടെ അല്ല കിടക്കയുണ്ടായിരുന്നില്ല കട്ടിലിന്റെ വക്കിലിരുന്നു.

–ഇതെന്റെ റൂമാണ്..... ഷീലിന്റേത് പതിനേഴാം വാർഡിലാണ്, ഗ്രായിസിവുഡോങ് ചത്വരത്തിനടുത്ത്.

കസേരയ്ക്കു വല്ലാത്ത പൊക്കം. അയാളോടു സംസാരിക്കാനായി അവൾക്ക് കഴുത്തു വല്ലാതെ മുകളിലോട്ടു നീട്ടേണ്ടി വരുന്നുണ്ട്. അവൾക്കു സമീപം നിലത്ത് ഇരിക്കുകയായിരുന്നു സൗകര്യം എന്നയാൾക്കു തോന്നി.

-ഷീൽ നിങ്ങളേയും വിശ്വസിച്ച് ഇരിപ്പാണ്, ലേഖനമെഴുതാൻ.... അറിയാമോ, ഷീൽ ഒരു പുസ്തകം എഴുതീട്ടുണ്ട്. പക്ഷേ നിങ്ങളോടു പറയാൻ ധൈര്യം വന്നില്ല.

അവൾ കട്ടിലിനു കുറുകെ ഏന്തി വലിഞ്ഞ് മറുഭാഗത്തുള്ള ഷെൽഫിൽനിന്ന് പച്ചക്കവറുള്ള ഒരു പുസ്തകമെടുത്തു.

-ദാ പുസ്തകം..... ഷീലിനോടു പറയല്ലേ ഞാനിതു നിങ്ങൾക്കു തന്നെന്ന്.

അധികം കട്ടിയില്ലാത്ത പുസ്തകം. കുതിരപ്പന്തയത്തെ പറ്റിയുള്ളതാണ്. പുറംചട്ടയിലെ സൂചനയനുസരിച്ച് മൂന്നു കൊല്ലം മുമ്പ് അവർഗ്ലാസ് പബ്ലിഷേഴ്സ് പ്രസിദ്ധീകരിച്ചതാണ്. ഡറാൺ അതു തുറന്നു നോക്കി. പുസ്തകത്തിന് രണ്ടു ഭാഗങ്ങളുണ്ട്. ഒന്ന് പന്തയസ്ഥലങ്ങളെ പ്പറ്റി; രണ്ടാമത്തേത് പരിശീലകരേയും ജോക്കികളേയും പറ്റി.

അവളുടെ ഇടുങ്ങിയ കണ്ണുകൾ അയാളെ നിരീക്ഷിക്കയാണ്.

-നമ്മൾ തമ്മിൽ കണ്ട വിവരം ഷീലറിയരുത്.

അവളെഴുന്നേറ്റു ചെന്ന് തുറന്നു കിടന്നിരുന്ന ജനാലകൾ അടച്ച് വീണ്ടും കട്ടിലിന്റെ വക്കിലിരുന്നു. അവരുടെ സംസാരം മറ്റാരും കേൾക്കാതിരിക്കാനാണ് അവളങ്ങനെ ചെയ്തതെന്ന് ഡറാണിനു തോന്നി.

-സ്വീർട്ട്സ് ഏജൻസിയിൽ ചേരുന്നതിനുമുമ്പ് പന്തയക്കുതിരകളേയും പന്തയസ്ഥലങ്ങളേയും പറ്റി ഷീൽ പത്രങ്ങളിലും മാസികകളിലും എഴുതുമായിരുന്നു.

ഒന്നു മടിച്ചശേഷം കുറ്റസമ്മതം പോലെ അവൾ പറഞ്ഞു.

-വളരെ ചെറുപ്പത്തിൽ മായ്സോലഫിറ്റ് കുതിരക്കളരിയിൽ ജോക്കിയായിരുന്നു. വളരെ ബുദ്ധിമുട്ടുള്ള പണിയാണ്.... പിന്നതു വേണ്ടെന്നു വെക്കേണ്ടി വന്നു.... നോക്കൂ, ഈ പുസ്തകം വായിച്ചാൽ....

ഡറാൺ എല്ലാം ശ്രദ്ധിച്ചു കേട്ടു. ഇത്രയും പെട്ടെന്ന് മറ്റൊരാളുടെ ജീവിതത്തിലേക്ക്, മറ്റൊരാളുടെ സ്വകാര്യതയിലേക്കു കടന്നു ചെല്ലുകയോ...? വാർധക്യം കൊണ്ടാകാം, അതല്ലെങ്കിൽ മറ്റുള്ളവരുമായി അകൽച്ച പാലിക്കുന്നതുകൊണ്ടാവാം, ഈ വയസ്സിൽ ഇങ്ങനെയൊന്നും ഉണ്ടാവില്ലെന്നാണ് അയാൾ കരുതിയത്.

-എന്നേയും പിടിച്ചു വലിച്ചു കൊണ്ടു പോകുമായിരുന്നു, പന്തയസ്ഥലത്തേക്ക്.... ഷീലാണ് എന്നെ ഈ കളി പഠിപ്പിച്ചത്. ഇതൊരുതരം ലഹരിയാണു കേട്ടോ....

അവളുടെ സ്വരത്തിൽ വേദന. അവൾ തന്നിൽനിന്ന് ഏതെങ്കിലും വിധത്തിലുള്ള താങ്ങോ തണലോ പ്രതീക്ഷിക്കുന്നുണ്ടാവുമോ? അത്തരമൊരു ചിന്തയുടെ വിഡ്ഢിത്തമോർത്ത് അയാൾക്ക് ചിരിക്കാനാണ് തോന്നിയത്.

-ഇപ്പോഴും കുതിരപ്പന്തയത്തിനു പോകാറുണ്ടോ?

-സ്വീർട്ട്സിൽ ചേർന്നതിൽപ്പിന്നെ വളരെ കുറവ്.

അവൾ സ്വരം താഴ്ത്തി. ഷീൽ ഒട്ടോലിനി പൊടുന്നനെ പ്രത്യക്ഷപ്പെട്ട് അവരിരുവരേയും ഞെട്ടിച്ചു കളഞ്ഞാലോ എന്നു ഭയന്നിട്ടാവാം

-അയാൾ ശേഖരിച്ച വിവരങ്ങളൊക്കെ ഞാൻ നിങ്ങളെ കാണിക്കാം. ഒരു വേള നിങ്ങൾക്ക് അവരെയൊക്കെ പരിചയമുണ്ടായിരിക്കും.

-അവരെയൊക്കെ എന്നു വെച്ചാൽ?

-അതായത് ടോർസ്റ്റിലിനെപ്പോലുള്ളവരെ.....

അവൾ വീണ്ടും കട്ടിലിനു കുറുകെ ഏന്തി വലിഞ്ഞ് അപ്പുറത്തുള്ള ഷെൽഫിൽ നിന്ന് ഇളംനീല നിറമുള്ള ഒരു കാർഡ്ബോർഡ് പെട്ടിയെടുത്തു. അതു തുറന്നു. അതിനകത്ത് ടൈപ്പു ചെയ്ത ഒരു പാടു താളുകൾ, പിന്നെ ഒരു പുസ്തകവും കറുത്ത വസന്തം. ആ പുസ്തകം അവൾ അയാൾക്കു നേരെ നീട്ടി. അയാൾ വരണ്ട ശബ്ദത്തിൽ പറഞ്ഞു

-വേണ്ട; അതു നിങ്ങൾതന്നെ വെച്ചോളു..

-ടോർസ്റ്റിലിനെപ്പറ്റി പറയുന്ന പേജുകൾ ഷീൽ അടയാളപ്പെടുത്തീട്ടുണ്ട്.

-അതിന്റെയൊക്കെ പകർപ്പു തന്നാൽ മതിയെന്ന് ഞാനയാളോടു പറഞ്ഞിട്ടുണ്ട്. പുസ്തകം മുഴുവനായും വായിക്കേണ്ടി വരില്ലല്ലോ.

അവളുടെ മുഖത്ത് ആശ്ചര്യം. സ്വന്തം നോവൽ വായിക്കാനിഷ്ടമില്ലെന്നോ?

-അതോടൊപ്പം ഈ കുറിപ്പുകളുടേയും പകർപ്പ് ഇപ്പോൾത്തന്നെ എടുത്തുതരാം. നിങ്ങൾക്ക് കൂടെ കൊണ്ടുപോകാമല്ലോ. പക്ഷേ ഒരു കാര്യം ഇതൊക്കെ നമ്മളിരുവരും മാത്രം അറിഞ്ഞാൽ മതി.

ഡറാണിന് കസേരയിലെ ഇരിപ്പ് സുഖപ്രദമാവുന്നില്ല, അതു മറച്ചുപിടിക്കാനെന്നോണം അയാൾ ഷീൽ എഴുതിയ പുസ്തകം മറിച്ചു നോക്കി. പന്തയമൈതാനങ്ങളെപ്പറ്റിയുള്ള അധ്യായത്തിൽ വലിയ അക്ഷരത്തിൽ എഴുതി വെച്ചിരിക്കുന്നു ട്രെംബ്ലേ. പെട്ടെന്ന് ആരോ വിരലുഞൊടിച്ച പ്രതീതി. കാരണം വ്യക്തമല്ല. പണ്ടെന്നോ മറന്നുപോയ ഒരു ചെറിയ വിവരം ഓർമയിലേക്ക് പതുക്കെ തിരിച്ചുവരുമ്പോലെ. ഷാന്റൽ അയാളെ നോക്കി പുഞ്ചിരി തൂകുകയാണ്

-രസികൻ പുസ്തകമാണ്, കേട്ടോ.

-ഇവിടെ കുറെക്കാലമായോ താമസമായിട്ട്?

-രണ്ടു കൊല്ലമായി

ഇളം റോസു നിറമുള്ള ചുവരുകൾ നിറം കണ്ടിട്ട് വർഷങ്ങളായി. ചെറിയ മേശ. അതിനിരുവശത്തുമായി പുറത്തേക്കു തുറക്കുന്ന രണ്ടു

ജനാലകൾ.... ഷാന്റാൽ ഗ്രിപ്പേയേക്കാൾ ചെറുപ്പമായിരുന്ന കാലത്ത്..... ഇത്തരമൊരു മുറിയിൽ താനും താമസിച്ചിട്ടുണ്ട്. പക്ഷേ അതിവിടെ പാരീസിന്റെ കിഴക്കു ഭാഗത്തല്ല. അങ്ങ് തെക്കുഭാഗത്ത് പതിനാല് പതിനഞ്ച് വാർഡുകളിൽ. പിന്നെ വടക്കു പടിഞ്ഞാറ് അവളലപ്പം മുമ്പേ യാദൃച്ഛികമെന്നോണം പറഞ്ഞ ഗ്രായിസിവുഡോങ് ചത്വരത്തിനടുത്ത്. പിന്നെ പിഗാലിനും ബ്ലോഷിനും ഇടയിലായി, മോൺമാട്ര് കുന്നിനു താഴെയായി.

-ഷീൽ ഇന്നു രാവിലെ നിങ്ങളെ വിളിച്ചിരുന്നു, അല്ലേ? പ്രത്യേകിച്ചെന്തെങ്കിലും പറഞ്ഞോ?,

-ഇല്ല, വീണ്ടും കാണണമെന്നു മാത്രം,

-നിങ്ങളു ദേഷ്യപ്പെട്ടാലോ എന്നയാൾക്കു ആശങ്കയുണ്ടായിരുന്നു.

ഒരു വേള ഇപ്പഴത്തെ ഈ കൂടിക്കാഴ്ച ഒട്ടൊലിനിയും ഷാന്റാലും കൂടിയുള്ള ഒരൊത്തുകളിയാണെന്നു വരുമോ? അവൾക്ക് തന്നെ സ്വാധീനിക്കാനും സംസാരിപ്പിക്കാനും കഴിയും എന്ന് ഒട്ടൊലിനി വിചാരിച്ചു കാണും. പൊലീസുകാർ അങ്ങനെയാണ്. ഊഴമിട്ട് ചോദ്യം ചെയ്യും. ഒട്ടൊലിനി ലിയോങിലേക്കൊന്നും പോയിട്ടുണ്ടാവില്ല. ആ വാതിലിനു പിന്നിൽ, എല്ലാം കാതോർത്തു നില്ക്കുന്നുണ്ടാവും. അത്തരമൊരു ചിന്ത അയാളുടെ ചുണ്ടുകളിൽ വീണ്ടും ചിരി പടർത്തി.

-ചോദിക്കുന്നതുകൊണ്ടൊന്നും തോന്നരുത്, എന്തിനേ പേരു മാറ്റിയത്?

-ജോസ്ഫൈനേക്കാളും നല്ലത് ഷാന്റാൽ ആണെന്നു തോന്നി.

അവൾ വളരെ ഗൗരവത്തിലാണതു പറഞ്ഞത്. നല്ലപോലെ ആലോചിച്ചുറപ്പിച്ച തീരുമാനമായിരുന്നു പേരുമാറ്റം എന്ന മട്ടിൽ.

-പക്ഷേ ഇക്കാലത്ത് ഈ പേരു പ്രചാരത്തിലില്ലല്ലോ. ഇത്രയും പഴയ പേര് എങ്ങനെ കണ്ടു പിടിച്ചു?

-പഴയ കലണ്ടറിൽ നിന്ന്

ടൈപ്പുചെയ്ത താളുകളും നോവലും നീല കാർഡ്ബോർഡ് പെട്ടിയിൽ തിരിച്ചു വെക്കുകയാണ് അവൾ. നോവലിനും താളുകൾക്കുമിടയിൽ നിന്ന് ഒരു വലിയ ഫോട്ടോ എത്തി നോക്കുന്നു.

-അതാരുടെ ഫോട്ടോയാണ്?

-ഒരു കുഞ്ഞിനെ കാണണോ? ഇതും രേഖകളുടെ കൂട്ടത്തിൽ പെട്ടതാണ്.

അയാൾക്ക് 'രേഖകൾ' എന്ന പദം അത്ര പിടിച്ചില്ല.

-പൊലീസിൽ നിന്നാണ് തനിക്കു ആവശ്യമുള്ള ഈ വിവരങ്ങളൊക്കെ ഷീൽ സംഘടിപ്പിച്ചത്.... കുതിരപ്പന്തയത്തിനു ഒരു പൊലീസുകാരൻ

പതിവായി വരാറുണ്ടായിരുന്നു.... അയാളാണ് പഴയ രേഖകളൊക്കെ പരതിയെടുത്തത്.... ഈ ഫോട്ടോയും.

വീണ്ടും കഫേയിൽ വെച്ചു കേട്ട കരകരത്ത സ്വരം അവളുടെ പ്രായത്തിനു യോജിച്ച സ്വരമല്ല അത്. ഡറാൺ കസേരയിൽ നിന്നിറങ്ങി നിലത്തിരുന്നു. ഇപ്പോൾ അവരിരുവരുടേയും മുഖങ്ങൾ സമനിലയിൽ.

-ഞാനിവിടിരുന്നോട്ടെ, കസേരയ്ക്ക് വല്ലാത്ത പൊക്കം

-അയ്യോ വേണ്ട, വേണ്ട, അതു ശരിയല്ല, ദാ ഇവിടെ കട്ടിലിലിരിക്കൂ.

അവൾ കുനിഞ്ഞു, അവരുടെ മുഖങ്ങൾ അടുത്തടുത്ത്. അവളുടെ ഇടത്തെ കവിളെല്ലിനു മുകളിലായി ഒരു കൊച്ചു മുറിപ്പാട് ഡറാണിന്റെ കണ്ണിൽ പെട്ടു.

ട്രെംബ്ലേ, ഷാന്റാൽ, ഗ്രായിസിവുഡോങ് ചത്വരം.... ഈ പദങ്ങൾക്ക് എന്തിത്ര പിടിവാശി? തുടക്കത്തിൽ വെറുമൊരു ഉറുമ്പുകടി, തീരെ നിസ്സാരം, പക്ഷേ പിന്നെയതു തുളച്ചു കയറുന്നു; എന്തൊരു കടച്ചിൽ. തൊലിയുരിക്കുമ്പോലുള്ള ദുസ്സഹവേദന. ഭൂതവും വർത്തമാനവും ഇടകലരുകയാണ്. അതു സ്വാഭാവികമാണുതാനും, കാരണം ഇവ രണ്ടിനേയും വേർതിരിച്ചു നിറുത്തുന്നത് അതിലോലവും സുതാര്യവുമായ ഒരു തിരശ്ശീലയാണ്. ഒരുറുമ്പു കടി മതി ആ തിരശ്ശീല തകർന്നു തരിപ്പണമാകാൻ. ഏതു വർഷമാണെന്ന് അയാൾക്ക് ഉറപ്പിച്ചു പറയാനാവുന്നില്ല. പക്ഷേ തനിക്ക് വളരെ ചെറുപ്പമായിരുന്നു. ഇതു പോലുള്ളൊരു കൊച്ചു മുറിയിൽ, കൂടെ ഷാന്റാൽ എന്നു പേരുള്ള ഒരു പെൺകുട്ടിയും. ഷാന്റാൽ അന്നത്തെക്കാലത്ത് സർവ്വസാധാരണമായ പേരായിരുന്നു. ഷാന്റാലിന്റെ ഭർത്താവ് പോൾ, പോളും കൂട്ടുകാരും എല്ലാ ശനിയാഴ്ച രാത്രികളിലും പാരീഷ്യൻ കാസിനോകളിൽ ചൂതുകളിക്കാൻ പോകുമായിരുന്നു. പിറ്റേന്നേ അവർ തിരിച്ചു വരൂ, കുറച്ചൊക്കെ പൈസയും സമ്പാദിച്ചിരിക്കും. അവർ തിരിച്ചു വരും വരെ ഡറാണും ഷാന്റാലും ഗ്രായ്സിവുഡാങ് ചത്വരത്തിനടുത്തുള്ള റൂമിൽ ഒത്തുകൂടും. പോൾ ഇടയ്ക്കൊക്കെ കുതിരപ്പന്തയത്തിനും പോകാറുണ്ടായിരുന്നു. പക്ഷേ അതിന് മാർട്ടിന് ഗേലിനോളം* പ്രശ്നമില്ലായിരുന്നു.

ഇപ്പഴത്തെ ഷാന്റാൽ എഴുന്നേറ്റ് ഒരു ജനാല തുറന്നു, മുറിക്കകത്ത് ചൂട് ഏറിക്കൊണ്ടു വരികയായിരുന്നു.

-ഷീൽ വിളിക്കും, പക്ഷേ നിങ്ങളിവിടെയുണ്ടെന്ന് ഞാൻ പറയില്ല. നിങ്ങൾ ഞങ്ങളെ സഹായിക്കും, ഇല്ലേ? സഹായിക്കുമെന്ന് ഉറപ്പു തരൂ.

---

* മാർട്ടിംഗേൽ. ഫ്രാൻസിൽ പ്രചാരത്തിലിരുന്ന ചൂതുകളി. ഓരോ വട്ടവും പന്തയത്തുക ഇരട്ടിപ്പിക്കുന്നു.

അവൾ അയാളുടെ മുഖത്തിനു നേരേ ചൂണ്ടുവിരലാട്ടിക്കൊണ്ട് നിർബന്ധം പിടിക്കയാണ്. ഇതൊരു ഭീഷണിയാണോ എന്നയാൾക്കു മനസ്സിലായില്ല.

-ഷീലിനെന്താണ് വേണ്ടതെന്ന് കൃത്യമായിപ്പറഞ്ഞാലല്ലേ എനിക്കെന്തെങ്കിലും ചെയ്യാനാവൂ?

പൊടുന്നനെ കാതു തുളക്കുന്ന ശബ്ദം, ബാത്റൂമിൽ നിന്നാണ്. പിന്നെ അതു സംഗീതതരംഗമായി.

-ഓ എന്റെ മൊബൈൽ! ഷീൽ ആയിരിക്കും.

അവൾ ബാത്റൂമിലേക്കു പോയി വാതിലടച്ചു. അവർ സംസാരിക്കുന്നത് താൻ കേൾക്കരുതെന്നാണോ? അയാൾ കട്ടിലിന്റെ വക്കത്തിരുന്നു. നേരെ മുന്നിൽ പുറത്തേക്കുള്ള വാതിൽ. അതിന്റെ ഒരു വശത്തായി ചുമരിൽ ഒരു കറുത്ത സാറ്റിൻ ഉടുപ്പ് തൂക്കിയിട്ടിരിക്കുന്നു. അതയാൾ മുമ്പ് ശ്രദ്ധിച്ചിരുന്നില്ല. ഉടുപ്പിൽ ചുമലിനു താഴെയായി ഇരുവശത്തും സ്വർണനൂലുകൊണ്ടു തുന്നിയുണ്ടാക്കിയ രണ്ടു പക്ഷികൾ. കൈത്തണ്ടയിലും അരക്കെട്ടിലും സിപ്പുകളുണ്ട്. വളരെ പഴയ ഉടുപ്പാണ്, ഒരു വേള സെക്കന്റ് ഹാൻഡ് ഷോപ്പിൽ നിന്നു വാങ്ങിയതാവാം. സ്വർണപ്പക്ഷികൾ തുന്നിച്ചേർത്ത ഉടുപ്പിൽ ആരേയോ അയാൾ സങ്കല്പിച്ചെടുക്കാൻ ശ്രമിക്കയാണ്.....

ബാത്റൂമിനുള്ളിൽ നിന്ന് പല തവണ നീണ്ട നേരം മൗനം. ഓരോ തവണയും ഡറാണിനു തോന്നി സംഭാഷണം അവസാനിച്ചിരിക്കുമെന്ന്. പക്ഷേ പിന്നേയും ഒരു കരകരത്ത ശബ്ദം പറയും 'ഇല്ലെന്നേ', 'ഉറപ്പാണ്' എന്നൊക്കെ. രണ്ടോ മൂന്നോ തവണ ഇതു തന്നെ ആവർത്തിക്കപ്പെട്ടു. പിന്നെയും ചെലതു കേട്ടു 'അതു ശരിയല്ല'. 'നിങ്ങളു വിചാരിക്കുമ്പോലല്ല, എളുപ്പമാണ്.' അതായത് ഷീൽ ഒട്ടോലിനി അവളെ എന്തിനോ ശകാരിക്കയാണ്. അതോ സ്വന്തം വേവലാതികൾ അവളിലേക്കു പകരുകയോ? അയാൾക്ക് ഉറപ്പു വേണമായിരിക്കും.

സംഭാഷണം നീണ്ടു പോകുന്നു. ശബ്ദമുണ്ടാക്കാതെ ഈ മുറിയിൽ നിന്ന് പുറത്തുകടന്നാലോ എന്നു പോലും ഡറാണിനു തോന്നിപ്പോയി. ചെറുപ്പമായിരുന്നെങ്കിൽ, ആൾക്കാരിൽ നിന്ന് രക്ഷപ്പെടാനാവുന്ന ഒരവസരവും അയാൾ പാഴാക്കില്ലായിരുന്നു. എന്തുകൊണ്ടാണെന്നു ചോദിച്ചാൽ അതിനു വ്യക്തമായ ഉത്തരമില്ല. ഒരു വേള എല്ലാം പൊട്ടിച്ചെറിയാനുള്ള ദാഹം, തുറന്ന ആകാശത്തിനു കീഴിൽ സ്വതന്ത്രമായി ശ്വസിക്കാനുള്ള ഇച്ഛ? പക്ഷേ ഇന്ന് അയാൾ ഒഴുക്കിനൊത്തു നീങ്ങും. നിർബാധം. നീലപ്പെട്ടിക്കകത്ത് അല്പം മുമ്പ് തന്റെ ശ്രദ്ധയാകർഷിച്ച ഫോട്ടോ. ഒറ്റ നോട്ടത്തിൽ ഒരു പാസ്പോർട്ട് ഫോട്ടോ വലുതാക്കിയെടുത്തതു പോലുണ്ട്. ഒരു കുട്ടി. ഏതാണ്ട് ആറോ ഏഴോ വയസ്സു കാണും.

ഈ ചുറ്റുവട്ടത്ത്
നിനക്ക് വഴി തെറ്റാതിരിക്കാൻ

ചെറുതായി വെട്ടിയ മുടി. ആയിരത്തിത്തൊള്ളായിരത്തി അമ്പതുകളിലെ പരിഷ്കാരം അതായിരുന്നു

അവൾ ബാത്റൂമിൽ നിന്നു പുറത്തേക്കു വന്നു. കൈയിൽ മൊബൈൽ ഫോൺ.

-ക്ഷമിക്കണം, ഒരുപാടു നേരമെടുത്തു. പക്ഷേ ഷീലിനെ പറഞ്ഞു സമാധാനിപ്പിക്കാനുള്ള പാട്. ചെലപ്പോഴൊക്കെ അയാൾക്ക് ദുഃഖ്വിന്തകളേയുള്ളു.

അയാൾക്കടുത്തായി അവളും കട്ടിലിൽ ഇരുന്നു.

-അതുകൊണ്ടാണ് നിങ്ങളുടെ സഹായം ഞങ്ങൾക്ക് ആവശ്യമായി വരുന്നത്. ടോർസ്റ്റിൽ ആരാണെന്ന് നിങ്ങൾ ഓർത്തെടുക്കണം. സത്യമായിട്ടും നിങ്ങൾക്കൊന്നും ഓർമയില്ല?

വീണ്ടും ചോദ്യങ്ങൾ. ഈ ചോദ്യം ചെയ്യൽ രാത്രി എത്രനേരം വരെ തുടരും? ഈ റൂമിൽ നിന്നു തനിക്ക് പുറത്തു കടക്കാനായില്ലെന്നു വരുമോ? ഒരുവേള അവൾ വാതിൽ പൂട്ടിക്കാണും. പക്ഷേ അയാളുടെ മനസ്സ് തികച്ചും ശാന്തമായിരുന്നു, ഒരല്പം ക്ഷീണം തോന്നുന്നതൊഴിച്ചാൽ.

സായാഹ്നങ്ങളിൽ അല്പം ക്ഷീണം തോന്നുക പതിവാണ്. ഈ കിടക്കയിലൊന്നു കിടന്നോട്ടെ എന്നയാൾ ചോദിച്ചു പോകുമായിരുന്നു.

ട്രെംബ്ലേ. കുടഞ്ഞുകളയാനാവാത്ത ആ പേര് അയാൾ മനസ്സിൽ ആവർത്തിച്ചു. പാരീസിനു തെക്കുകിഴക്കായി നഗരപരിധിക്കപ്പുറത്തുള്ള കുതിരപ്പന്തയ മൈതാനമാണ് ട്രെംബ്ലേ. ഒരു ശരത്കാല ഞായറാഴ്ച. ഷാന്റാലിനും പോളിനുമൊപ്പം താൻ അവിടേക്കു ചെന്നിരുന്നു. അവിടെവെച്ച് അവരേക്കാളും പ്രായമുള്ള ഒരു വ്യക്തിയുമായി പോൾ സംഭാഷണത്തിലേർപ്പെട്ടു. ഫോജെസ്ഓ കാസിനോയിലും പിന്നെ കുതിരപ്പന്തയസ്ഥലങ്ങളിലും വെച്ചു കണ്ടു പരിചയമായതാണത്രെ. പോകാൻ സമയമായപ്പോൾ ആ വ്യക്തി പറഞ്ഞു തന്റെ കാറിൽ പാരീസിലേക്കു തിരിച്ചുകൊണ്ടുവിടാമെന്ന്. അതൊരു ശരത്കാല സായാഹ്നമായിരുന്നു, ഇന്നത്തെപ്പോലെ ഗ്രീഷ്മകാലമല്ല. ഇവിടെ ഈ മുറിയിലെന്തു ചൂട്, എപ്പോഴാണാവോ ഇവിടന്നു പുറത്തുകടക്കാനാവുക....

അവൾ കാർഡ്ബോർഡ് പെട്ടി അടച്ച് മടിയിൽ വെച്ചിരിക്കുന്നു. അയാൾ ചോദിച്ചു

-നമുക്ക് ചെന്ന് ഇതിന്റെയൊക്കെ ഫോട്ടോകോപ്പി എടുക്കണ്ടെ?... ഷോപ്പ് അടച്ചാലോ?

അവൾ വാച്ചു നോക്കി,

-സമയമുണ്ട്, ഷോപ്പ് ഏഴുമണിക്കേ അടയ്ക്കൂ.

വളരെ പിന്നീട് അയാൾ ആ ശരത്കാലം ഓർത്തെടുത്തു. ട്രെംബ്ലേ, മാൺ നദിയോരത്തുകൂടെ സന്ധ്യയോടേയാണ് അവർ വാസേ ഉദ്യാന വനം മുറിച്ചു കടന്നത്. മുന്നിലെ സീറ്റിൽ താനും ആ വ്യക്തിയും പുറകിലത്തെ സീറ്റിൽ പോളും ഷാന്റാലും.

അവർ പ്രത്യേകിച്ച് ഒന്നിനെക്കുറിച്ചുമായിരുന്നില്ല സംസാരിച്ചു കൊണ്ടിരുന്നത്. ട്രെംബ്ലേയിൽ അടുത്തകാലത്തുനടന്ന കുതിരപ്പന്തയം, പോളാണ് പരിചയപ്പെടുത്തിയത്; 'ഷോൺ ഡറാൺ'. അതു കേട്ടപ്പോൾ ആ വ്യക്തിയുടെ മുഖത്ത് ആശ്ചര്യം. ആ വ്യക്തി ചോദിച്ചു

-ഡറാൺ എന്നാണോ പേര്?..... നിന്റെ അച്ഛനമ്മമാരെ ഞാൻ പണ്ടെപ്പഴോ കണ്ടിട്ടുണ്ടെന്നു തോന്നുന്നു....

അച്ഛനമ്മമാർ? ആ പദം ഡറാണിനേയും അതിശയിപ്പിച്ചു. തനിക്ക് അച്ഛനമ്മമാരില്ലെന്നായിരുന്നു അയാളുടെ വിശ്വാസം

-ഒരു പതിനഞ്ചു കൊല്ലം മുമ്പ്..... പാരീസിനു പുറത്ത് നാട്ടുമ്പുറത്തൊരു വീട്ടിൽ.... ഒരു കൊച്ചു കുട്ടിയെ കണ്ടത് ഓർമയുണ്ട്...... അതു നീയായിരിക്കണം

തന്റെ ജീവിതത്തിലെ താൻ ചിന്തിക്കാനിഷ്ടപ്പെടാത്ത ഒരു കാലഘട്ടത്തെക്കുറിച്ച് എന്തെങ്കിലും ചോദ്യങ്ങളുണ്ടാകുമോ എന്ന് ഡറാൺ ഭയന്നു. അങ്ങനെ വന്നാൽ തനിക്കു പറയാനധികമൊന്നും ഉണ്ടാവില്ല. പക്ഷേ ട്രംബ്ലേക്കാരൻ മൗനം പാലിച്ചു. ഇത്രമാത്രം പറഞ്ഞു

-എനിക്ക് ആ ചുറ്റുവട്ടത്തിന്റെ പേര് ഓർമ വരുന്നില്ല.

ഡറാണും ഉടനടി പ്രതികരിച്ചു

-എനിക്കും.

പിന്നീട് അങ്ങനെ വരണ്ട രീതിയിൽ പ്രതികരിക്കരുതായിരുന്നുവെന്നു തോന്നി.

-അതെ, അയാൾ എല്ലാം പിന്നീട് ഓർമിച്ചെടുത്തു. കൃത്യമായ തിയതിയടക്കം എല്ലാം... പക്ഷേ ഇപ്പോൾ അയാളീ കുടുസ്സുമുറിക്കകത്ത് കട്ടിലിന്റെ വക്കത്ത് ഇന്നത്തെ ഷാന്റാലിനോടൊപ്പം ഇരിക്കയാണ്. ഉറക്കത്തിൽ നിന്ന് ഞെട്ടിയുണർന്ന പ്രതീതി. സംഭാഷണച്ചരടു പൊട്ടാതിരിക്കാനെന്നവണ്ണം, വാതിൽക്കൽ തൂക്കിയിട്ടിരുന്ന സ്വർണപ്പക്ഷികൾ തുന്നിച്ചേർത്ത കറുത്ത സാറ്റിനുടപ്പ് ചൂണ്ടിക്കാട്ടി അയാൾ ചോദിച്ചു.

-ഇത് നിങ്ങളുടേതാണോ?

-ഞാനീ റൂം വാടകക്കെടുത്തപ്പോൾ ഇവിടുണ്ടായിരുന്നതാണ്. പഴയ താമസക്കാരിയുടേതാവണം.

-അതല്ലെങ്കിൽ നിങ്ങൾ തന്നെ മുജ്ജന്മത്തിൽ ഉപയോഗിച്ചതാവണം.

ഈ ചുറ്റുവട്ടത്ത്
നിനക്ക് വഴി തെറ്റാതിരിക്കാൻ

അവൾ അയാളെ തുറിച്ചു നോക്കി, മുഖം ചുളിച്ചു. എന്നിട്ടു പറഞ്ഞു
-വരൂ നമുക്ക് പകർപ്പെടുക്കാൻ പോകാം.

അവളെഴുന്നേറ്റിരിക്കുന്നു, ഡറാണിനു തോന്നി, മുറിയിൽ നിന്നു പുറത്തു കടക്കാൻ അവൾക്ക് ധൃതിയായിരിക്കുന്നു. അവൾക്കെന്തിനിത്ര ഭയം തോന്നണം? ആ ഉടുപ്പിനെപ്പറ്റി ഒന്നും ചോദിക്കരുതായിരുന്നു.

വീട്ടിൽ തിരിച്ചെത്തിക്കഴിഞ്ഞപ്പോൾ അയാൾക്ക് ആകപ്പാടെ ഒരു വിഭ്രാന്തി. ഇതൊക്കെ ശരിക്കും നടന്നതാണോ അതോ താൻ സ്വപ്നം കണ്ടതാണോ? വേനൽക്കാലവും കടുത്ത ചൂടും വരുത്തിക്കൂട്ടുന്ന ഓരോ കുന്നായ്മകൾ.

ഫോട്ടോകോപ്പി ഷോപ്പ് വോൾട്ടയർ ബുളേവാഡിന്റെ അങ്ങേത്തല യ്ക്കലായിരുന്നു. ഷാന്റാൽ പുറത്തെടുത്ത താളുകൾക്ക് എന്തൊരു കന ക്കുറവ്, പണ്ടുകാലത്തെ എയർമെയിൽ പേപ്പറുപോലെ, നേർത്തതും സുതാര്യവും.

ഷോപ്പിൽ നിന്നിറങ്ങി അവർ ഏതാനും ചുവടുകൾ നടന്നു. അവൾ ക്കെന്തോ അയാളെ പിരിയാൻ ഇഷ്ടമില്ലാത്തപ്പോലെ. ഇനി അയാളെ മഷിയിട്ടു നോക്കിയാൽ പോലും കാണാൻ കിട്ടില്ലെന്നും ഷീൽ ഒട്ടൊലിനിയെ സംബന്ധിച്ചേടത്തോളം ടോർസ്റ്റിൽ നിഗൂഢവ്യക്തി യായിത്തന്നെ അവശേഷിക്കുമെന്നും അവൾ ആശങ്കപ്പെട്ടോ എന്തോ. അയാൾക്കും ധൃതിയൊന്നുമില്ലായിരുന്നു. സ്വന്തം വീട്ടിലെ ഏകാന്തത യിലേക്ക് തിരിച്ചുപോകുന്ന കാര്യം അയാളേയും നിരുത്സാഹപ്പെടുത്തി യിരുന്നു.

ഫോട്ടോയുടെ പകർപ്പും എടുക്കണമെന്ന് അവൾ നിർബന്ധം പിടിച്ചു. എല്ലാമടങ്ങിയ ഓറഞ്ചു കവർ അയാളുടെ നേരെ നീട്ടി അവൾ പറഞ്ഞു.

ഇന്നു രാത്രി ഇതൊക്കെയൊന്ന് വായിച്ചു നോക്കൂ. പലതും ഓർമി ച്ചെടുക്കാനാകും. എന്നിട്ട് എന്നെ വിളിക്കൂ. എന്നെ നിങ്ങൾക്ക് എപ്പോൾ വേണമെങ്കിലും വിളിക്കാം, എത്ര രാത്രിയായാലും കുഴപ്പമില്ല. ഷീൽ നാളെ ഉച്ചയോടേയേ മടങ്ങൂ... നിങ്ങളുടെ പ്രതികരണമറിയാൻ എനിക്ക് വല്ലാത്ത ജിജ്ഞാസയുണ്ട്.

അവൾ പേഴ്സിൽ നിന്ന് ഒരു വിസിറ്റിംഗ് കാർഡ് എടുത്തു, ഷാന്റാൽ ഗ്രിപ്പേ, 118 ഷാറോൺ റോഡ്, മൊബൈൽ നമ്പർ.

-ഞാനിനി പോട്ടെ..... ഷീൽ വിളിച്ചേക്കും, ഞാൻ മൊബൈൽ എടുക്കാൻ മറന്നുപോയി.

അവരിരുവരും ഷാറോൺ റോഡിലേക്കു നടന്നു. പരസ്പരം ഒന്നും ഉരിയാടിയില്ല. അതിന്റെ ആവശ്യവുമുണ്ടായിരുന്നില്ല. അങ്ങനെ ഒരുമിച്ചു നടക്കുന്നത് വളരെ സ്വാഭാവികമാണെന്ന മട്ടിലായിരുന്നു അവർ ചുവടുകൾ വെച്ചത്. ചിരപരിചിതരെന്നപോലെ. താൻ അവളുടെ കൈ പിടിച്ചിരുന്നെങ്കിൽ അവൾ തടസ്സം പറയില്ലെന്ന് ഡറാണിനു തോന്നിപ്പോയി. ഷാറോൺ മെട്രോ സ്റ്റേഷനിലേക്കുള്ള അടിപ്പടവുകൾക്കു മുന്നിൽ വെച്ച് അവർ യാത്ര പറഞ്ഞു.

തന്റെ ഓഫീസുമുറിയിലിരുന്ന് അയാൾ 'രേഖകൾ' മറിച്ചു നോക്കുകയാണ്. ഇപ്പോഴതു വായിക്കാനുള്ള മാനസികാവസ്ഥയിലല്ല, അയാൾ.

ഒന്നാമത്തെ കാര്യം വരികൾക്കിടയിൽ വിടവില്ല, ഡബിൾ സ്പേസിലല്ല ടൈപ്പു ചെയ്തിരിക്കുന്നത്. അക്ഷരങ്ങളങ്ങനെ ഒന്നിനുമുകളിൽ ഒന്നായി കുതിര കയറുംപോലെ. വായന മുന്നോട്ടു കൊണ്ടുപോകാൻ വല്ലാത്ത പ്രയാസം.

പക്ഷേ ടോർസ്റ്റിൽ! അവസാനം അയാൾ ഓർമയിൽ നിന്നു ചികഞ്ഞെടുത്തിരിക്കുന്നു ടോർസ്റ്റിൽ ആരാണെന്ന്. അന്നത്തെ ആ ശരത്കാല ഞായറാഴ്ച. ട്രെംബ്ലേയിൽ നിന്നു തിരിച്ചുപോരുമ്പോൾ തന്റെ കാറിൽ അവരെ വീട്ടിൽ കൊണ്ടു ചെന്നാക്കാം എന്നു ട്രെംബ്ലേക്കാരൻ പറയുകയുണ്ടായി. പക്ഷേ ഷാന്റാലും പോളും പാതി വഴിക്കിറങ്ങി. അവരു താമസിക്കുന്ന മോപാർണെയിലേക്ക് അവിടന്ന് നേരിട്ടുള്ള മെട്രോയുണ്ട്, അതാണ് സൗകര്യം. ഗ്രായിസിവുഡാങ്ങിൽ ഡറാൺ താമസിക്കുന്നതിനടുത്താണ് താനും എന്ന് ട്രെംബ്ലേക്കാരൻ പറഞ്ഞതുകൊണ്ട് ഡറാൺ കാറിൽത്തന്നെയിരുന്നു. യാത്രയിലുടനീളം അവരിരുവരും അധികമൊന്നും സംസാരിച്ചില്ല. ട്രെംബ്ലേക്കാരൻ പറഞ്ഞു.

-പാരീസിനു പുറത്തുള്ള ആ വീട്ടിൽ ഞാൻ രണ്ടുമൂന്നു തവണ പോയിട്ടുണ്ട്. നിന്റെ അമ്മയാണ് കൂട്ടിക്കൊണ്ടു പോയത്.

ഡറാൺ മറുപടി പറഞ്ഞില്ല. തന്റെ ചെറുപ്പകാലത്തെപ്പറ്റി ആലോചിക്കാൻ പോലും ഡറാൺ ഇഷ്ടപ്പെട്ടില്ല. ഇനി അമ്മയുടെ കാര്യം. അമ്മ ജീവിച്ചിരിപ്പുണ്ടോ ഇല്ലയോ എന്നു പോലും ഡറാണിനറിയില്ല.

ഗ്രായിസുവുഡോങ് ചത്വരത്തിനടുത്ത് കാറു നിന്നു.

-അമ്മയോട് അന്വേഷിച്ചതായി പറയൂ. കാലമെത്രയായി..... ഞങ്ങളൊക്കെ ഒരു ക്ലബ്ബിലെ അംഗങ്ങളായിരുന്നു..... ക്രൈസലൈഡ്സ് ക്ലബ്.... എപ്പോഴെങ്കിലും എന്നെ വിളിക്കണമെന്നു തോന്നിയാൽ ഇതാ വെച്ചോളൂ....

ട്രെംബ്ലേക്കാരൻ ഒരു വിസിറ്റിംഗ് കാർഡ് നീട്ടി. ഗീ ടോർസ്റ്റിൽ ഒര ഡ്രസ്സും കഷ്ടിച്ച് ഓർത്തെടുക്കാനാകുന്നുണ്ട്. പാലേ റോയാൽ ലൈബ്രറി, ഫോൺ നമ്പർ.

ഈ ചുറ്റുവട്ടത്ത്
നിനക്ക് വഴി തെറ്റാതിരിക്കാൻ

ആ കാർഡ് എപ്പോഴോ കൈമോശം വന്നു. പക്ഷേ താനാ അഡ്രസ്സും ഫോൺ നമ്പറും ഡയറിയിൽ കുറിച്ചിട്ടിരിക്കുന്നു. എന്തിനാണ് അങ്ങനെ ചെയ്തത്? അത് ആ പഴയകാലത്തെ അഡ്രസ്സ് ബുക്കിലായിരുന്നു.

ഡറാൺ മേശയ്ക്കടുത്തിരുന്നു. 'രേഖകൾ' മറിച്ചു നോക്കി. കറുത്ത വസന്തത്തിലെ പേജ് നമ്പർ 47ന്റെ പകർപ്പു കണ്ടു. പ്രശ്നക്കാരനായ ടോർസ്റ്റിൽ ഈ പേജിലാണ്. ആ പേരിനു താഴെ ആരോ അടിവരയിട്ടിട്ടുണ്ട്, ഒട്ടൊലിനിയാവണം സംശയമില്ല. അയാൾ വായിച്ചു.

ബുഷോലെ ഗാലറി. ചില്ലുജാലകങ്ങളിൽ കലാസൃഷ്ടികൾ. അതിനു പുറകിൽ ഒരു ബുക്ക്ഷോപ്പുണ്ടായിരുന്നു. അയാൾ അകത്തേക്കു ചെന്നു. റിസപ്ഷണിൽ ഒരു തവിട്ടു മുടിക്കാരി.

-എനിക്ക് മോറിയാനോടു സംസാരിക്കണമായിരുന്നു.

-മോറിയാൻ ഇല്ല, പകരം ടോർസ്റ്റിലിനോടു വേണമെങ്കിൽ സംസാരിക്കാം.

കഴിഞ്ഞു. പുസ്തകത്തിൽ ഇത്രയേയുള്ളു. നാല്പത്തിയേഴാമത്തെ പേജിൽ ഈ പേരുണ്ട്. ശരിതന്നെ. പക്ഷേ രേഖകളിലോ? ഇന്നിനി രാത്രി മുഴുവനിരുന്ന് കുനുകുനാ ടൈപ്പ്ചെയ്ത 'രേഖകൾ' വായിച്ച് ടോർസ്റ്റിൽ ആരെന്നു കണ്ടുപിടിക്കാനുള്ള ക്ഷമയില്ല. വൈക്കോൽ കൂനയിൽ സൂചി തപ്പുന്നപോലിരിക്കും.

അയാൾക്ക് ഓർമിച്ചെടുക്കാനാകുന്നുണ്ട്. അന്ന് ടോർസ്റ്റിൽ തന്ന വിസിറ്റിംഗ് കാർഡിൽ പാലേറോയാലിലെ ബുക്ക്ഷോപ്പിന്റെ പേരുണ്ടായിരുന്നു. ഫോൺ നമ്പർ ആ ബുക്ക്ഷോപ്പിന്റേതാവാം. പക്ഷേ നാല്പത്തഞ്ചിലധികം വർഷങ്ങൾ കഴിഞ്ഞിരിക്കുന്നു. ഒരു പേരിന്റെ പുറകെ പോയി വ്യക്തിയെ അന്വേഷിച്ചു കണ്ടെത്താൻ ഈ രണ്ടു തുച്ഛവിവരങ്ങൾ പോരാ.

സോഫയിൽ ചാരിക്കിടന്ന് അയാൾ കണ്ണുകളടച്ചു. അയാൾ തീരുമാനിച്ചിരിക്കുന്നു ഭൂതകാലപ്രവാഹത്തിലേക്ക് കൂപ്പുകുത്തി ക്ഷണനേരത്തേക്കെങ്കിലും മുങ്ങിത്തപ്പാൻ ബോധപൂർവ്വമായ ശ്രമം നടത്തിയേ തീരൂ.. താൻ ട്രെംബ്ലേ സന്ദർശിച്ച ആ ശിശിരകാല ഞായറാഴ്ച. അന്നു തന്നേയല്ലേ കറുത്ത വസന്തം എന്ന നോവൽ താൻ എഴുതാൻ തുടങ്ങിയത്? അന്ന് ആ ഞായറാഴ്ച വളരെ വൈകി ഗ്രായിസിവുഡാങ്ങിലെ തന്റെ മുറിയിലിരുന്ന് നോവലിന്റെ ആദ്യത്തെ പേജ് എഴുതി. അതിന് ഏതാനും മണിക്കൂറുകൾക്കു മുമ്പാണ് ടോർസ്റ്റിലിന്റെ കാറിൽ മാൺ നദീ തീരത്തുകൂടി വസാനെ ഉദ്യാനം മുറിച്ചുകടന്നത്. ആ ശിശിരത്തിന്റെ ഗന്ധം അയാൾക്കിന്നും പിടിച്ചെടുക്കാനാകുന്നുണ്ട്. മൂടൽ മഞ്ഞിന്റെ, നനഞ്ഞ മണ്ണിന്റെ, ചുറ്റിലും പരന്നുകിടന്ന ഉണങ്ങിയ ഇലകളുടെ.

ഇനിയെല്ലാ കാലവും ട്രെംബ്ലേ എന്ന വാക്ക് ആ ശിശിരവുമായി ബന്ധപ്പെടുത്തിയേ അയാൾക്ക് ഓർത്തെടുക്കാനാകൂ.

ടോർസ്റ്റിൽ എന്ന പേര് നോവലിൽ ഒരേയൊരിടത്തേ ഉപയോഗിച്ചിട്ടുള്ളൂ. കേൾക്കാൻ ഇമ്പമുള്ള പേര്. അത്രയേയുള്ളു. ടോർസ്റ്റിലിനെപ്പറ്റി ഇതിലപ്പുറം ഒന്നും ഓർമയില്ല. ഒട്ടൊലിനിയോട് തനിക്കിത്രയേ പറയാനുള്ളൂ. ഒട്ടൊലിനി വല്ലാതെ നിരാശപ്പെട്ടെന്നു വരും. പക്ഷേ എന്തു ചെയ്യാം. വിശദീകരണം നല്കാൻ താൻ ബാധ്യസ്ഥനൊന്നുമല്ലല്ലോ. ഇതൊന്നും തന്നെ സംബന്ധിക്കുന്ന കാര്യങ്ങളുമല്ല. മണി പതിനൊന്നായിരിക്കുന്നു. ചെലപ്പോഴൊക്കെ രാത്രി ഈ സമയത്ത് മാനസികമായി വല്ലാത്തൊരു ശൂന്യത അനുഭവപ്പെടാറുണ്ട്. അപ്പോഴൊക്കെ അയാൾ തൊട്ടടുത്തുള്ള കഫേയിലേക്കു ചെല്ലാറുണ്ട്. രാത്രി വളരെ വൈകും വരെ തുറന്നിരിക്കുന്ന കഫേ. തെളിച്ചമേറിയ വിളക്കുകൾ, തിരക്ക്, ശബ്ദകോലാഹലം, സംഭാഷണശകലങ്ങൾ, ആളുകളുടെ വരവും പോക്കും. താനും ഇതിലൊരു ഭാഗമാണെന്ന അനുഭൂതി, സ്വന്തം ഏകാന്തതയും മടുപ്പും മറികടക്കാനായെന്ന പ്രതീതി. പക്ഷേ മറ്റു ചിലപ്പോൾ അതിന്റെ ആവശ്യമേ ഉണ്ടാവാറില്ല. ജനാലയിലൂടെ അടുത്ത വീട്ടിലെ മുറ്റത്തു പടർന്നു പന്തലിച്ചു നില്ക്കുന്ന വൃക്ഷത്തെ നോക്കി നിന്നാൽ മതി. മനസ്സ് ശാന്തമാകും. ശിശിരകാലത്ത് നവംമ്പർ അവസാനമായിട്ടേ അതിന്റെ ഇലകൾ മുഴുവനായും പൊഴിഞ്ഞുപോകാറുള്ളു. ഇതിനെന്തോ പേരുണ്ട്, പക്ഷേ അതയാൾക്കറിയില്ല. കഷ്ടം മരങ്ങളേയും പൂക്കളേയും പറ്റി പഠിക്കാൻ മുതിരാതെ പാഴാക്കിക്കളഞ്ഞ വർഷങ്ങളേയോർത്ത് അയാൾ ഖേദിച്ചു. ബഫോണിന്റെ പ്രകൃതിശാസ്ത്രഗ്രന്ഥങ്ങളല്ലാതെ മറ്റൊന്നും ഈയിടെയായി അയാൾ വായിക്കാറില്ല. പൊടുന്നനെ മറ്റൊരു കാര്യം ഓർമ വന്നു. ഒരു ഫ്രഞ്ചു ദാർശനികനെ ചൊടിപ്പിച്ച വാചകങ്ങൾ. .ഒരു മഹിളയുടേതാണ്. 'നിങ്ങൾക്കെന്തു ചേതം? യുദ്ധം പുൽത്തുരുമ്പുമായുള്ള എന്റെ ബന്ധത്തെ ഒരുതരത്തിലും മാറ്റി മറിക്കുന്നില്ല' എത്ര ബാലിശവും ഉദാസീനവുമായ നിലപാടെന്നാവാം ദാർശനികനു തോന്നിയത്. പക്ഷേ ഡറാണിനെ സംബന്ധിച്ചേടത്തോളം ആ വാക്കുകൾക്ക് മറ്റൊരു വിവക്ഷയാണ്. ആപല്ഘട്ടങ്ങളിൽ, ധർമസങ്കടങ്ങളിൽ സമനില നഷ്ടപ്പെടാതിരിക്കാൻ, പിടിച്ചുനില്ക്കാൻ ഒരു സ്ഥിരബിന്ദു വേണം. ഒരു പുൽത്തുരുമ്പിൽ, ഒരു വൃക്ഷത്തിൽ, ഒരു പൂവിന്റെ ഇതളുകളിൽ നിങ്ങളുടെ മനോദൃഷ്ടികൾ ഉടക്കി നില്ക്കുന്നു. ഒരു പൊങ്ങുതടിയെന്നപ്പോലെ അതു നിങ്ങൾക്ക് രക്ഷയേകുന്നു. ജനാലയ്ക്കപ്പുറമുള്ള വൃക്ഷം അയാളെ സമാശ്വസിപ്പിക്കുന്നു, ധൈര്യം പകരുന്നു. ഈ വൈകിയ രാത്രിയിലും ആ വൃക്ഷത്തിന്റെ നിശ്ശബ്ദസാന്നിധ്യം അയാൾക്ക് സാന്ത്വനമേകുന്നു. അതെ, മണി പതിനൊന്നായെങ്കിലും സാരമില്ല. കുനുകുനാ ടൈപ്പു ചെയ്ത പേജുകളൊക്കെ വായിച്ചുതീർത്തേക്കാം. ഒരു കാര്യം തെളിയിക്കേണ്ടിയിരിക്കുന്നു. ആദ്യമായി ഫോണിലൂടെ ശബ്ദം കേട്ടപ്പോഴും നേരിൽ കണ്ടപ്പോഴും ഷീൽ ഒട്ടൊലിനി ഒരു ബ്ലാക് മെയിലറാണെന്നാണ് അയാൾക്കു തോന്നിയത്. ആ മുൻവിധി മാറ്റിയെഴുതേണ്ടിയിരിക്കുന്നു. അതിൽ താൻ പൂർണമായും വിജയിച്ചിട്ടില്ല.

ഈ ചുറ്റുവട്ടത്ത്
നിനക്ക് വഴി തെറ്റാതിരിക്കാൻ

ടൈപ്പുചെയ്ത താളുകൾ ഒന്നിച്ചു ചേർത്ത ക്ലിപ് അയാൾ അഴിച്ചെടുത്തു. ഒറിജിനൽ പോലല്ല പകർപ്പ്. ഷാന്റാൽ ഗ്രിപ്പേയുടെ കൈയിലുണ്ടായിരുന്നത് അതീവ നേർമയായ സുതാര്യമായ താളുകളായിരുന്നു. എയർ മെയിൽ പേപ്പർ പോലെ. അല്ലല്ല, അത് അത്രയ്ക്കങ്ങ് ശരിയല്ല. പണ്ട് പൊലീസുകാരും ചോദ്യം ചെയ്യുന്ന വേളകളിൽ കുറിപ്പുകളെടുക്കാൻ അത്തരം നേർത്ത കടലാസാണ് ഉപയോഗിച്ചിരുന്നത്. മാത്രമല്ല, ഗ്രിപ്പേ പറഞ്ഞതുമാണല്ലോ 'പൊലീസിൽ നിന്നാണ് ഷീൽ വിവരങ്ങൾ ശേഖരിച്ചത്' എന്ന്. പുറത്തെ വൃക്ഷത്തെ ഒരിക്കൽ കൂടി നോക്കിയ ശേഷം അയാൾ വായന തുടങ്ങി

ഹൗ! അക്ഷരങ്ങൾ എത്ര ചെറുത്. ഇന്ന് പ്രചാരത്തിലില്ലാത്ത ഏതോ പഴഞ്ചൻ ടൈപ്പ്റൈറ്ററിൽ ടൈപ്പുചെയ്തതാണ്. വായിച്ചു മനസ്സിലാക്കിയെടുക്കാനുള്ള ബുദ്ധിമുട്ട്. പലപ്പോഴും വരികൾ തെന്നിപ്പോയി, വീണ്ടും ആദ്യം മുതൽ തുടങ്ങേണ്ടിവന്നു. പിന്നെ ചൂണ്ടുവിരൽ വഴികാട്ടിയായി നിന്നു. അടുക്കും ചിട്ടയുമുള്ള ഏകീകൃത റിപ്പോർട്ട് ആയിരുന്നില്ല അത്. പലയിടത്തു നിന്നും ശേഖരിച്ച കൊച്ചു കൊച്ചു കുറിപ്പുകൾ. ആശയക്കുഴപ്പമുണ്ടാക്കുന്ന വിധത്തിൽ ഒരു ക്രമവുമില്ലാതെ കൂട്ടിച്ചേർത്തവ. വിഷയം കോളെറ്റ് ലോറെന്റിന്റെ കൊലപാതകം.

കോളെറ്റ് ലോറെന്റിന്റെ മുൻചരിത്രവും അവൾ പാരീസിലെത്തിയ കഥയും.

വളരെ ചെറുപ്രായത്തിൽ ഫ്രാൻസിലെ ഏതോ ഗ്രാമത്തിൽനിന്ന് പാരീസിലെത്തി. ഒഡ്യോങ് വാർഡിൽ എവിടെയോ മുറിയെടുത്തു. ഫൈൻ ആർട്ട്സ് സ്കൂളിലെ വിദ്യാർഥികളുമായി ഇടപഴകി.

പൊലീസ് ചോദ്യം ചെയ്തവരുടെ നീണ്ട ലിസ്റ്റ്. നിശാക്ലബ്ബിൽ അവളെ അറിയുമായിരുന്നവർ, ആർട്ട്സ് സ്കൂളിലെ വിദ്യാർഥികൾ. പതിനഞ്ചാം വാർഡിലെ ഒരു ഹോട്ടലിൽ നിന്നാണത്രെ മൃതദേഹം കണ്ടുകിട്ടിയത്. ഹോട്ടൽ മാനേജരെ ചോദ്യം ചെയ്തതിന്റെ വിവരങ്ങൾ

അപ്പോൾ അതാണോ ഒട്ടൊലിനി അറിയാൻ താത്പര്യപ്പെടുന്ന സംഭവം? അയാൾ വായന നിർത്തി. കോളെറ്റ് ലോറന്റ്. നിരുപദ്രവകരമായ പേര്. എന്നുറപ്പിച്ചു പറയാനാവുമോ? ആ പേര് സ്മൃതിമണ്ഡലത്തിലെ ഏതേതോ കമ്പികളെ തട്ടിയുണർത്തുന്നില്ലേ? ഉവ്വോ? എവിടേയോ ഒരു തിയതി വായിച്ചല്ലോ 1951. എന്നായിരുന്നോ? പക്ഷേ വീർപ്പുമുട്ടിക്കുന്ന ആ അക്ഷരക്കൂട്ടത്തിനിടയിൽ അതു വീണ്ടും തപ്പിപ്പിടിച്ച് ഉറപ്പു വരുത്താൻ അയാൾക്കു ധൈര്യമില്ലായിരുന്നു.

1951- ഇന്നേക്ക് അരനൂറ്റാണ്ടിലധികമായിരിക്കുന്നു. ഈ സംഭവത്തിന്റെ ദൃക്സാക്ഷികൾ, ഒരുവേള ഘാതകൻ പോലും ഇന്നു ജീവിച്ചിരിപ്പുണ്ടാവില്ല. ഒട്ടൊലിനി വളരെ വൈകിപ്പോയി. ഈ അഴുക്കെല്ലാം കുഴി

തോണ്ടി പുറത്തെടുത്തിട്ടത് മിച്ചം. അത്ര കടുത്ത ഭാഷ ഉപയോഗിക്കേണ്ടി വന്നതിൽ ഡറാണിന് ഖേദം തോന്നി. ഇനിയുമുണ്ട് ഏതാനും പേജുകൾ. തുടക്കത്തിൽ അനുഭവപ്പെട്ട പരുങ്ങലും ആശങ്കയും വിട്ടു മാറിയിട്ടില്ല.

അയാൾ വീണ്ടുമൊരിക്കൽ കൂടി പുറത്തെ വൃക്ഷത്തിലേക്കു ദൃഷ്ടി പായിച്ചു. വൃക്ഷം ഗാഢനിദ്രയിൽ ശാന്തമായി ശ്വസിക്കുമ്പോലെ. അതെ, ഈ വൃക്ഷം അയാളുടെ ചങ്ങാതിയാണ്. എട്ടു വയസ്സുകാരിയായിരുന്ന ബാലിക പണ്ടെന്നോ എഴുതി പ്രസിദ്ധീകരിച്ച കവിതാസംഗ്രഹത്തെക്കുറിച്ച് അയാളോർത്തു. 'വൃക്ഷം എന്റെ ചങ്ങാതി'. അന്ന് തനിക്ക് അവളോട് കടുത്ത അസൂയ തോന്നിയിരുന്നു, കാരണം തങ്ങളിരിരുവരും സമപ്രായക്കാരായിരുന്നു, അന്ന് താനും കവിതയെഴുതുമായിരുന്നു. അതെന്നായിരുന്നു? തന്റെ ബാല്യകാലത്തല്ലായിരുന്നോ? ഒരുവേള 1951ൽ? കോളെറ്റ് ലോറന്റ് കൊല്ലപ്പെട്ട വർഷത്തിൽ?

വീണ്ടും കുനുകുനെയുള്ള അക്ഷരങ്ങൾ അയാൾക്കു മുന്നിൽ നൃത്തം വെയ്ക്കുന്നു. വരി തെറ്റാതിരിക്കാൻ അയാൾ ചൂണ്ടുവിരൽ നീക്കി. അവസാനം ടോർസ്റ്റിൽ എന്ന പേരിലെത്തി. ടോർസ്റ്റിലുമായി ബന്ധപ്പെട്ട മൂന്നു പേരുകൾ. അതിൽ തന്റെ അമ്മയുടെ പേരു കണ്ട് ഡറാൺ അന്ധാളിച്ചുപോയി. മറ്റു രണ്ടു പേർ ബോബ് ബുഗ്നാൻഡും ഷാക്സ് പെറിങ് ലാറയും. അവ്യക്തമായ പുക മൂടിയ ഓർമകൾ. തന്റെ സമപ്രായക്കാരി വൃക്ഷം എന്റെ ചങ്ങാതി എന്ന കവിത എഴുതി പ്രസിദ്ധീകരിച്ച അതേ കാലഘട്ടത്തിലെ ഓർമകൾ.

ബുഗ്നാൻഡ് തവിട്ടു നിറക്കാരൻ, മങ്ങിയ റോസ് നിറമുള്ള ജാക്കറ്റ്. ലാറയ്ക്ക് റോമൻ പ്രതിമയുടേതുപോലെ ചെതുക്കിയെടുത്ത മുഖവും ശരീരാകൃതിയും. ബാല്യകാലസ്മരണകൾ മിക്കവാറും അങ്ങനെയാണ്. പരസ്പരബന്ധമില്ലാത്ത നുണുങ്ങുവിവരങ്ങൾ

ഈ പേരുകളാണോ ഒട്ടോലിനിയെ ആകർഷിച്ചത്? അങ്ങനെയാണോ ഡറാണുമായുള്ള ബന്ധം സ്ഥാപിച്ചെടുത്തത്? അല്ല, അങ്ങനെ വരാൻ വഴിയില്ല. ഒന്നാമത് താനും അമ്മയും ഒരേ കുടുംബപ്പേരല്ല ഉപയോഗിക്കുന്നത്. പിന്നെ ബുഗ്നാൻഡും ലാറയും. അവരെന്നോ കാലയവനികക്കുള്ളിൽ അപ്രത്യക്ഷരായിപ്പോയിരിക്കും. ചെറുപ്പക്കാരനായ ഒട്ടോലിനിക്ക് അവരെ അറിയാനുള്ള സാധ്യതയേയില്ല.

'രേഖകൾ' വായിക്കുന്തോറും അവ രണ്ടു വ്യത്യസ്ത പൊലീസ് അന്വേഷണങ്ങളുടെ ചിതറിയ കഷണങ്ങളാണെന്ന് അയാൾക്ക് ബോധ്യമായി. 1952ലാണ് ഇപ്പോൾ അയാൾ എത്തിനില്ക്കുന്നത്. 1951ലെ കുറിപ്പുകളിലെ അവസാനത്തെ രണ്ടു താളുകളിലായി പരാമർശിക്കപ്പെട്ട വ്യക്തികളേയും കോളെറ്റ് ലോറന്റ് കൊലപാതകത്തേയും തമ്മിൽ ബന്ധിപ്പിക്കുന്ന ഒരു നേർത്ത ചരട് കണ്ടെത്താനായി.

ഈ ചുറ്റുവട്ടത്ത്
നിനക്ക് വഴി തെറ്റാതിരിക്കാൻ

കോളെറ്റ് ലോറെന്റ് പതിവായി പാരീസ് നഗരത്തിനു പുറത്ത് സാലൂലാഫോറെ ഗ്രാമത്തിലുള്ള ഒരു വീട് സന്ദർശിക്കാറുണ്ടായിരുന്നു. അവിടെ ആനി അസ്ട്രാൻഡ് എന്നൊരുത്തിയാണ് താമസിച്ചിരുന്നത്. ഈ വീട് പൊലീസ് നിരീക്ഷണത്തിലായിരുന്നു. പക്ഷേ എന്തുകൊണ്ട് പൊലീസിന് ഈ വീടിനോടു താത്പര്യം തോന്നി എന്ന കാര്യം വ്യക്തമല്ല. അവിടെ വരാറുണ്ടായിരുന്നവരിൽ അയാളുടെ അമ്മയുടെ പേരിനോടൊപ്പം ടോർസ്റ്റിൽ, ലാറ എന്നീ പേരുകളും ലിസ്റ്റിലുണ്ട്. അയാൾക്ക് അപരിചിതമല്ലാത്ത മറ്റു രണ്ടു പേരുകൾ കൂടി അക്കൂട്ടത്തിലുണ്ട്. അവിടെ താമസിച്ചിരുന്നതായി പറയപ്പെടുന്ന 'ആനി അസ്ട്രാൻഡ്' പിന്നെ റോജർ വിൻസെന്റ്.

കൂടിക്കുഴഞ്ഞുകിടക്കുന്ന കുറിപ്പുകളൊക്കെ നേരാംവണ്ണം അടുക്കിവെക്കണമെന്ന് തോന്നിയെങ്കിലും അയാൾക്കു അതിനുള്ള ശക്തി ഇല്ലായിരുന്നു. രാത്രിയിൽ ഇത്രയും വൈകിയ വേളയിൽ മനസ്സിലേക്ക് അതിവിചിത്രങ്ങളായ ചിന്തകൾ കടന്നു വരും. ഈ 'രേഖകളൊക്കെ' ശേഖരിക്കുമ്പോൾ ഷീൽ ഒട്ടൊലിനിയുടെ യഥാർത്ഥ ഉന്നം ഡറാൺ എന്ന താനാണെന്നു വരുമോ? ഒട്ടൊനിലിക്ക് ഒന്നും കണ്ടെത്താനായില്ല, ഇടവഴികളിലും പുറമ്പോക്കുകളിലുമായി ഒട്ടൊലിനി ചുറ്റിക്കറങ്ങുകയാണ്... അകത്തേക്കു കടക്കാനാവുന്നില്ല, അതിനുള്ള വഴി കണ്ടെത്താനാവുന്നില്ല. ഒരുവേള ഈ ചിതറിത്തെറിച്ച വിവരങ്ങളോട് ഡറാൺ പ്രതികരിച്ചേക്കുമെന്ന പ്രത്യാശയോടേയാണോ ഒട്ടൊലിനി എല്ലാം ശേഖരിച്ചത്? പൊലീസിന്റെ പതിവു രീതിയാണിത്. അനാവശ്യവും നിസ്സാരവുമായ ചോദ്യങ്ങൾ ചോദിച്ച് സംശയിക്കപ്പെട്ടവന്റെ പ്രതിരോധങ്ങളെ നിർവീര്യമാക്കിയശേഷം പൊടുന്നനെ ഏറ്റവും നിർണായകമായ ചോദ്യം ചോദിക്കുമ്പോലെ.

അയാളുടെ ദൃഷ്ടികൾ വീണ്ടും ആ വൃക്ഷത്തിലേക്കു നീങ്ങി. അതിന്റെ ഇലകൾക്കെന്തു ഭംഗി. ഛേ! എത്ര വികൃതമായ ചിന്തകളാണ് മനസ്സിലേക്ക് കടന്നു വന്നത്. അയാൾക്കു ലജ്ജ തോന്നി. തനിക്ക് സമനില നഷ്ടപ്പെടുകയാണ്. വായിച്ച പേജുകൾ ചറുപിറുന്നനേയുള്ള കരടു പതിപ്പായിരുന്നു. വിവരക്കൂമ്പാരത്തിനകത്തെവിടേയോ സത്യം മറഞ്ഞു കിടക്കുന്നു. ഒരേയൊരു പേരു മാത്രമേ അയാളെ അസ്വസ്ഥനാക്കിയുള്ളൂ. ഒരു കാന്തത്തെപ്പോലെ അയാളെ വലിച്ചടുപ്പിച്ചുള്ളൂ. ആനി അസ്ട്രാൻഡ്. പക്ഷേ, ഈ കുനുകുനാ അക്ഷരക്കൂമ്പാരത്തിൽ അത് തീരെ അവ്യക്തമാണ്. ആനി അസ്ട്രാൻഡ്. വിദൂരതയിൽനിന്ന് റേഡിയോ പിടിച്ചെടുത്ത ശബ്ദതരംഗം. നിങ്ങൾക്കു മാത്രമായുള്ള ഒരു സന്ദേശം.

ആരോ പറഞ്ഞതാണ് നിങ്ങൾക്ക് ഏറ്റവും അടുപ്പമുണ്ടായിരുന്നവരുടെ സ്വരം നിങ്ങൾ വളരെ പെട്ടെന്ന് മറന്നു പോകുന്നു. പക്ഷേ ആനി അസ്ട്രാൻഡിന്റെ സ്വരം ഇന്നും ഏതു തെരുവിൽ വെച്ചു കേട്ടാലും അയാൾ തിരിച്ചറിയും.

ഇനി ഒട്ടൊലിനിയെ കാണുമ്പോൾ ആനി അസ്ട്രാൻഡ് എന്ന പേരിലേക്കു ശ്രദ്ധ പതിയാതിരിക്കാൻ അയാൾ ശ്രമിക്കും. പക്ഷേ ഒട്ടൊലിനിയെ ഇനിയുമെന്തിനു കാണണം? തനിക്കറിയാവുന്ന പരിമിതമായ വിവരങ്ങളടങ്ങിയ ഒരു കൊച്ചു കുറിപ്പ് അയാൾക്ക് അയച്ചു കൊടുത്തേക്കാം. അതു പോരെ?

ഗീ ടോർസ്റ്റിൽ. പാലേ റോയാലിൽ ആർട്ട് ഗാലറിയും ബുക്ക് ഷോപ്പും നടത്തിയിരുന്നയാൾ. ഉവ്വ് താനയാളെ കണ്ടിട്ടുണ്ട്. അമ്പതു കൊല്ലങ്ങൾക്കു മുമ്പൊരു ശിശിരകാല സന്ധ്യക്ക്, ട്രെംബ്ലേയിൽ വെച്ച്. വേണമെങ്കിൽ ബുഗ്നാൻഡിനേയും ലാറയേയും കുറിച്ചുള്ള അല്പം ചില വിവരങ്ങളും നല്കിയേക്കാം. അവരും ടോർസ്റ്റിലിനെപ്പോലെ അമ്മയുടെ സുഹൃത്തുക്കൾ,. താൻ കവിതകൾ വായിക്കാൻ തുടങ്ങിയ കാലം, തന്റെ സമപ്രായക്കാരി വൃക്ഷം എന്റെ ചങ്ങാതി എഴുതിയ കാലം. ലാറയും ഒരു വേള ടോർസ്റ്റിലും എപ്പോഴും ഒരു കൊച്ചുപുസ്തകം പോക്കറ്റിൽ സൂക്ഷിക്കുമായിരുന്നു. പ്രാർത്ഥനാപുസ്തകം പോലെ. ആ പുസ്തകത്തിന്റെ പേര് ഓർമയുണ്ട് ഫാബ്രിസിയോ ലൂപോ.* ഒരിക്കൽ ലാറ വളരെ കാര്യമായിട്ടു തന്നെ പറഞ്ഞു

വലുതാവട്ടെ, എന്നിട്ട് നിനക്കും വായിക്കാം ഫാബ്രിസിയോ ലൂപോ.

ഫാബ്രിസിയോ ലൂപോ - ജീവിതാവസാനം വരെ നിഗൂഢത പ്രതിധ്വനിക്കുന്ന പേര്. പിന്നീടെപ്പോഴോ അയാളാ പുസ്തകം അന്വേഷിച്ചു. പക്ഷേ നിർഭാഗ്യവശാൽ കണ്ടെത്താനായില്ല, അതു കാരണം വായിക്കാനും കഴിഞ്ഞില്ല. ഇത്തരം കൊച്ചു കൊച്ചു കാര്യങ്ങളെപ്പറ്റിയൊന്നും ഒട്ടൊലിനിയുമായി ചർച്ച ചെയ്യേണ്ടതില്ല. ചുരുക്കത്തിൽ ഒട്ടൊലിനിയെ എന്നന്നേക്കുമായി ഒഴിവാക്കുകയാണ് വേണ്ടത്. ഫോൺ ശബ്ദിച്ചാൽ ഇനി താൻ എടുക്കില്ല. കത്തുകളാവും ഭേദം.

പക്ഷേ ഏറ്റവും ഗുരുതരമായ മറ്റൊരു പ്രശ്നമുണ്ട്. ഒട്ടൊലിനിക്ക് തന്റെ അഡ്രസ്സും വീട്ടു നമ്പറും അറിയാം. തന്റെ അപ്പാർട്ടുമെന്റ് കെട്ടിടത്തിനു മുന്നിൽ നില്പ്പുറപ്പിച്ചെന്നു വരും. അകത്തേക്കു കടക്കാനുള്ള കോഡ് അറിയാത്തതുകാരണം പുറത്തു കാത്തുനിൽക്കും, ആരെങ്കിലും അകത്തേക്കു കടക്കുമ്പോൾ കൂടെ സൂത്രത്തിൽ നുഴഞ്ഞു കയറിയെന്നു വരും. കോളിംഗ് ബെൽ അടിക്കും. കോളിംഗ് ബെൽ അഴിച്ചു മാറ്റണം. താൻ വീടിനു വെളിയിലേക്കിറങ്ങുമ്പോൾ ഒട്ടൊലിനി തന്നെ പിന്തുടർന്നാലോ? അപ്പോൾ പിന്നെ അടുത്തുള്ള പൊലീസ് സ്റ്റേഷനിൽ അഭയം പ്രാപിക്കുകയേ വഴിയുള്ളൂ. പക്ഷേ പൊലീസ് താൻ പറയുന്നത് ഗൗരവമായെടുത്തെന്നു വരില്ല.

---

* സ്വവർഗരതിയെക്കുറിച്ചുള്ള നോവൽ. കാർലോ കോച്ച്യോളി എഴുതിയത്. 1952ൽ പാരീസിൽ പ്രസിദ്ധീകരിച്ചു.

ഈ ചുറ്റുവട്ടത്ത്
നിനക്ക് വഴി തെറ്റാതിരിക്കാൻ

നേരം പുലർച്ചെ ഒരു മണി. നിശ്ശബ്ദതയും ഏകാന്തതയും തലയ്ക്കു പിടിച്ചിരിക്കയാണ്. അയാൾ സാവധാനം സമനില വീണ്ടെടുത്തു. ഒട്ടൊലിനിയുടെ സംഘർഷഭരിതമായ മുഖമോർത്ത് അയാൾക്കു പൊട്ടിച്ചിരിക്കാനും തോന്നി. നേർക്കു നേരെ നോക്കുകയാണെങ്കിലും ഒരു വശത്തുനിന്നു നോക്കുകയാണെന്ന പ്രതീതി ഉളവാക്കുംവിധം മെലിഞ്ഞ ഇടുങ്ങിയ കൊടുവാൾമുഖമാണ് ഒട്ടൊലിനിയുടേത്. പകർപ്പുകൾ മേശപ്പുറത്ത് ചിതറിക്കിടക്കുന്നു. അയാൾ പെൻസിൽ കൈയിലെടുത്തു. ഒരു പാതി ചുവപ്പും മറുപാതി നീലയുമായ പെൻസിൽ. കരടുകോപ്പികൾ തെറ്റു തിരുത്താനുപയോഗിക്കുന്ന പെൻസിൽ. നീലപ്പെൻസിൽ കൊണ്ട് താളുകളിൽ നീണ്ട വര വരച്ചു, ആനി അസ്ട്രാൻഡ് എന്ന പേരിനു ചുറ്റും ചുവന്ന പെൻസിൽ കൊണ്ട് വട്ടമിട്ടു.

പുലർച്ചെ രണ്ടു മണിക്ക് ഫോൺ ശബ്ദിച്ചു. അയാൾ സോഫയിൽ കിടന്ന് ഉറങ്ങിപ്പോയിരുന്നു.

-ഹലോ... മിസ്റ്റർ ഡറാൺ..... ഇത് ഗ്രിപ്പേ, ഷാന്റാൽ ഗ്രിപ്പേ.

നിമിഷനേരത്തെ പരുങ്ങൽ. ആനി അസ്ട്രാൻഡിന്റെ മുഖം സ്വപ്നത്തിൽ കണ്ടതേയുള്ളു. അതും തൊട്ടടുത്ത്. മുപ്പതുകൊല്ലത്തിലധികമായി ഇങ്ങനെയൊരു സ്വപ്നാനുഭവം ഉണ്ടായിട്ട്.

-വായിച്ചു നോക്കിയോ?

-ഉവ്വ്.

-ഇത്രയും വൈകിയ നേരത്ത് വിളിക്കുന്നതിൽ ക്ഷമിക്കണം.... പക്ഷേ നിങ്ങളുടെ പ്രതികരണം അറിയാനുള്ള ആഗ്രഹം കൊണ്ടാണ്.... ഷീൽ തിരിച്ചെത്തുംമുമ്പ് നമുക്കു തമ്മിൽ കാണണം. ഞാൻ വീട്ടിലോട്ടു വരട്ടെ?

-ഇപ്പഴോ?

-അതെ, ഇപ്പോൾത്തന്നെ.

അയാൾ അഡ്രസ്സും, അകത്തേക്കു കടക്കാനുള്ള കോഡു നമ്പറും പറഞ്ഞു കൊടുത്തു. ഇത് സ്വപ്നമാണോ? കുറച്ചു മുമ്പ് ആനി അസ്ട്രാൻഡിന്റെ മുഖം എത്ര സമീപത്തായാണ് കണ്ടത്. സാലൂലാഫോറെയിലെ വീടിനു മുന്നിൽ. അവരിരുവരും കാറിലിരിക്കുന്നു. ആനി ഡ്രൈവർ സീറ്റിലും താൻ അരികിലും. അവളെന്തോ പറയുന്നുണ്ടായിരുന്നു, പക്ഷേ ശബ്ദം അയാളുടെ കാതിൽ വീണില്ല.

മേശപ്പുറത്ത് എല്ലാം വലിച്ചു വാരിയിട്ടിരിക്കുന്നു. നീലപ്പെൻസിൽ കൊണ്ട് താളുകളിൽ വരച്ചതും ആനി അസ്ട്രാൻഡ് എന്ന പേരിന് ചുറ്റും ചുവന്ന വട്ടമിട്ടതും അയാൾ മറന്നിരിക്കുന്നു. അയ്യോ! അരുത് ഇതൊന്നും ഒട്ടൊലിനിയോ മറ്റാരെങ്കിലുമോ കാണരുത്. ചുവന്ന വൃത്തം ഒട്ടൊലിനിക്ക് കിട്ടുന്ന തുമ്പായിരിക്കും. ഈ താളുകൾ മറിച്ചു നോക്കുന്ന ഏതു പൊലീസുകാരനും സ്വാഭാവികമായും ചോദിക്കാവുന്ന ചോദ്യം എന്തിനാണ് ഈ പേരിനു ചുറ്റും ചുവന്ന വട്ടമിട്ടത്?

അയാൾ പുറത്തേക്കു നോക്കി. നിശ്ചലമായി നില്ക്കുന്ന വൃക്ഷം

സമാശ്വസിപ്പിക്കും പോലെ. ഈ വൃക്ഷം തന്റെ കാവൽ മാലാഖയാണ്. തന്റെ ഒരേയൊരു രക്ഷകൻ.

അയാൾ ജനാലയിലൂടെ താഴെ റോഡിലേക്കു നോക്കി. കാറുകളൊന്നുമില്ല. വഴിവിളക്കുകൾ ആർക്കെന്നില്ലാതെ പ്രകാശം ചൊരിയുന്നു. അങ്ങേപ്പുറത്തുള്ള നടപ്പാതയിലൂടെ ഷാന്റൽ ഗ്രിപ്പേ നടന്നു വരുന്നു, ഓരോ കെട്ടിടത്തിന്റേയും നമ്പർ നോക്കുന്നുണ്ട്. കൈയിൽ ഒരു പ്ലാസ്റ്റിക് ബാഗ്. ഷാറൺ റോഡിൽനിന്ന് ഇത്രയും ദൂരം അവൾ നടന്നാണോ വന്നത്? മുൻവശത്തെ വാതിൽ തുറന്നടയുന്ന ശബ്ദം അയാൾ കേട്ടു. കോണിപ്പടിയിൽ പതിഞ്ഞ, സാവധാനത്തിലുള്ള, കാലടി ശബ്ദം. കയറി വരാൻ മടിയുള്ളതു പോലെ. മുട്ടു കേൾക്കുംമുമ്പ് അയാൾ വാതിൽ തുറന്നു, അവളൊന്നു ഞെട്ടിയതുപോലെ. കറുത്ത ഷർട്ടും പാന്റ്സും തന്നെ വേഷം. അർക്കാഡ് കഫേയിൽ വെച്ചു കണ്ടതിനേക്കാളും ഭയഭീത.

-ഈ അസമയത്ത് ബുദ്ധിമുട്ടിക്കുന്നതിൽ ക്ഷമിക്കണം.

അവൾ ശങ്കിച്ച് ക്ഷമായാചനം ചെയ്യുമ്പോലെ വാതിൽക്കൽത്തന്നെ നിന്നു. ഡറാൺ കൈ പിടിച്ച് അവളെ അകത്തേക്കു ആനയിച്ചു. അല്ലായിരുന്നെങ്കിൽ അവൾ വന്ന വഴിയേ തിരിച്ചു പോകുമായിരുന്നുവെന്ന് അയാൾക്ക് തോന്നി. അയാളുടെ ഓഫീസ് മുറിയാണത്. അയാൾ സോഫയിലേക്കു വിരൽ ചൂണ്ടി. അവളിരുന്നു, പ്ലാസ്റ്റിക് ബാഗ് അരികിൽ വെച്ചു.

-വായിച്ചോ?

ജിജ്ഞാസ നിറഞ്ഞ ചോദ്യം. ഇവൾക്കെന്താണാവോ ഇതിലിത്ര താത്പര്യം?

-ഉവ്വ്, വായിച്ചു. പക്ഷേ എനിക്കു നിങ്ങളുടെ സുഹൃത്തിനെ സഹായിക്കാനാവില്ല. എനിക്കിവരെ ആരേയും പരിചയമില്ല.

-ടോർസ്റ്റിലിനെപ്പോലും?

അവൾ അയാളെ തറപ്പിച്ചു നോക്കുകയാണ്. ഈ ചോദ്യം ചെയ്യൽ നേരം പുലരും വരെ തുടർന്നേക്കാം. പിന്നെ എട്ടു മണിക്ക് ഡോർ ബെൽ വീണ്ടും മുഴങ്ങും. ഒട്ടോലിനി ഇങ്ങെത്തും.

-അതെ, ടോർസ്റ്റിലിനേയും.

-പിന്നെന്തിനാ ആ പേര് പുസ്തകത്തിൽ ഉപയോഗിച്ചത്?

അവളുടെ ശബ്ദത്തിൽ വ്യാജമായ നിഷ്കളങ്കത.

-ഫോൺ ബുക്കിൽ നിന്ന് പേരു കണ്ടുപിടിച്ചതാണ്.

-അപ്പോ നിങ്ങൾക്ക് ഷീലിനെ സഹായിക്കാനാവില്ല?

അയാൾ അവൾക്കു സമീപം ഇരിപ്പുറപ്പിച്ചു. അവളെ സൂക്ഷിച്ചു

നോക്കി, ഇടത്തെ കവിളെല്ലിനു മുകളിലായുള്ള മുറിവ് വീണ്ടും അയാളുടെ കണ്ണിൽ പെട്ടു.

-ഷീലിന് നിങ്ങളുടെ സഹായം വേണം....... ആ താളുകളിലെ വിവരങ്ങളൊക്കെ നിങ്ങളെ കാര്യമായി സ്പർശിച്ചു കാണുമെന്ന് ഷീൽ കരുതി...

ആ ഒരു നിമിഷം. അവർക്കിടയിലൊരു വേഷപ്പകർച്ച. അവളുടെ വാക്കുകൾ തീർക്കുന്ന ഒരു കൊച്ചു പഴുത്. മറ്റേതോ സാഹചര്യത്തിൽ താൻ കേട്ടു മറന്ന വാക്കുകൾ. മേശപ്പുറത്തെ വിളക്കിൽ നിന്നു വീഴുന്ന വെളിച്ചം അവളുടെ മുഖത്തും ദേഹത്തും പതിക്കുന്നു. അവളുടെ കണ്ണുകൾക്കു ചുറ്റുമുള്ള കരിനിറവും മടിയിൽ വെച്ചിരിക്കുന്ന വിറയ്ക്കുന്ന കൈകളും അയാൾ കണ്ടു. വാതിൽ തുറക്കുമ്പോൾ കണ്ടതിനേക്കാളും വിളർച്ചയുണ്ട് മുഖത്തിന്. മേശപ്പുറത്ത് താറുമാറായി കിടക്കുന്ന കടലാസുകളിലെ നീല വരകൾ വളരെ വ്യക്തമാണ്. പക്ഷേ അവളതൊന്നും ഇതുവരെയായിട്ടും ശ്രദ്ധിച്ചിട്ടേയില്ല.

-ഷീൽ നിങ്ങളുടെ എല്ലാ പുസ്തകങ്ങളും വായിച്ചിട്ടുണ്ട്. നിങ്ങളെപ്പറ്റി പലതും അറിഞ്ഞു വെച്ചിട്ടുണ്ട്......

ഈ വാക്കുകൾ അയാളിൽ ആശങ്കയുളവാക്കി. നിർഭാഗ്യവശാൽ താൻ ഷീൽ ഒട്ടൊലിനിയുടെ ശ്രദ്ധ പിടിച്ചുപറ്റിയിരിക്കുന്നു, ഷീലാണെങ്കിൽ പിടി വിടാൻ കൂട്ടാക്കുന്നുമില്ല. നാം യാദൃച്ഛികമായി കണ്ടുമുട്ടുന്ന ചിലരൊക്കെ അങ്ങനെയാണ്. കണ്ണിൽക്കണ്ണിൽ നോക്കിയാൽ മതി വലിഞ്ഞുകയറി സംസാരിക്കാൻ തുടങ്ങും, പിന്നെ വിടില്ല. വിടുവിക്കാൻ ശ്രമിച്ചാൽ അകാരണമായി പൊടുന്നനെ അക്രമാസക്തരാകും, അത്തരക്കാരെ ഒഴിവാക്കാൻ മഹാപാടാണ്. അതുകൊണ്ട് റോഡിലൂടെ നടക്കുമ്പോൾ അയാളുടെ ദൃഷ്ടികൾ എപ്പോഴും താഴോട്ടാണ്.

-സ്വീർട്ട്സ് ഏജൻസി അയാളെ ജോലിയിൽ നിന്നുപിരിച്ചു വിടും.... അയാൾക്കു ജോലിയില്ലാതാവും.

ഇവളെത്രമാത്രം ക്ലാന്തയാണ്, അതുകൊണ്ടാവണം സ്വരത്തിൽ ഇത്രയും നൈരാശ്യവും നിവൃത്തികേടും ഒരല്പം അവജ്ഞയും.

-നിങ്ങൾ സഹായിക്കുമെന്നായിരുന്നു അയാൾ കരുതിയത്... കുറെക്കാലമായി നിങ്ങളുടെ പുറകെ... നിങ്ങളെക്കുറിച്ച് ഒരു പാടറിയാം.

അവൾക്ക് പിന്നേയും പലതും പറയണമെന്നുണ്ടായിരുന്നു. രാത്രിയുടെ അന്ത്യയാമങ്ങൾ. ചമയങ്ങൾ തുടച്ചുമാറ്റി, തനിനിറം പുറത്തുവരുന്ന ദശാസന്ധി.

-കുടിക്കാനെന്തെങ്കിലും?

-ഓ! വേണം, കടുപ്പത്തിലെന്തെങ്കിലും....ഒരു ബൂസ്റ്റ് കിട്ടിയേ തീരൂ....

ബൂസ്റ്റ്? അവളുടെ പ്രായക്കാർ ഉപയോഗിക്കാൻ ഇടയില്ലാത്ത പഴഞ്ചൻ പദം. കുറേക്കാലമായി ആ പദം അയാൾ കേട്ടിട്ടേയില്ല. ഒരു വേള ആനി അസ്ട്രാൻഡ് ഉപയോഗിച്ചിരിക്കണം.. വിറയൽ നില്ക്കാനായി അവൾ കൈകൾ രണ്ടും കൂട്ടിത്തിരുമ്മുകയാണ്.

അടുക്കളയിലെ ഷെൽഫിൽ വോഡ്ക ഉണ്ടായിരുന്നു, അരക്കുപ്പിയേയുള്ളു. ആരാവും അതവിടെ വെച്ചിരിക്കുക? ഓറഞ്ചു കുഷനിൽ ചാരി, കാലു നീട്ടി അവൾ സോഫയിൽ സൗകര്യമായി കിടക്കുകയാണ്.

-ഒന്നും തോന്നരുത്, എനിക്കു വല്ലാത്ത ക്ഷീണം.....

അവൾ ഒരിറക്കു കുടിച്ചു. വീണ്ടും ഒരിറക്ക്

-ഹാവൂ! എന്തൊരാശ്വാസം. ഇത്തരം രാത്രിപ്പാർട്ടികളൊക്കെ മഹാശല്യമാണ്.

അവൾ ഡറാണിനെ നോക്കി, ഇനി അയാൾ ചോദിക്കട്ടെയെന്നാണോ? പക്ഷേ അയാളാദ്യമൊന്നു മടിച്ചു.

-പാർട്ടികളോ? എന്തു പാർട്ടികൾ?

-അത്തരമൊരു പാർട്ടിയിൽനിന്നാണ് ഞാനിപ്പോ വരുന്നത്...

വരണ്ട സ്വരത്തിൽ അവൾ തുടർന്നു.

-എനിക്കിതിന് പൈസ കിട്ടും... ഷീലിനു വേണ്ടിയാണ്... അയാൾക്കു പൈസ വേണം...

അവൾ തല കുനിച്ചു. അങ്ങനെ പറഞ്ഞുപോയതിൽ ഖേദമുണ്ടെന്നു തോന്നി. അടുത്ത് പച്ച വെൽവെറ്റു സ്റ്റൂളിലിരിക്കുന്ന ഡറാണിന്റെ നേരെ നോക്കിയിട്ട് അവൾ പറഞ്ഞു

-ഇഷ്ടമുണ്ടായിട്ടല്ല.... പക്ഷേ എനിക്ക്....

അവളൊന്നു ചിരിച്ചു വരണ്ട, വിളറിയ ചിരിയെന്നു പറയാം.

-ഞാൻ ദുഷ്ടയൊന്നുമല്ല..... അതുകൊണ്ട് മുൻകൂട്ടി പറയുകയാണ് ഷീലിനെതിരെ കരുതിയിരിക്കണം...

അയാളുടെ മുഖം ശരിക്കു കാണാനായി അവൾ സോഫയുടെ വക്കിലേക്ക് നീങ്ങിയിരുന്നു.

-അയാൾക്ക് നിങ്ങളെപ്പറ്റി പലതും അറിയാം.... പൊലീസിലെ കൂട്ടുകാർ വഴി.... അങ്ങനെയാണ് നിങ്ങളുമായി ബന്ധപ്പെടാൻ ശ്രമിച്ചത്....

ക്ഷീണം കൊണ്ടാണോ എന്തോ. അവൾ പറയുന്നതൊന്നും ഡറാണിനു മനസ്സിലാവുന്നില്ല. എന്താണി 'പലതും?' പൊലീസിൽ നിന്ന് തന്നെക്കുറിച്ച് ലഭിച്ചതായി പറയുന്ന വിവരങ്ങളെന്താണ്? 'രേഖകളിൽ' കൃത്യമായ നിഗമനങ്ങളൊന്നും ഇല്ലായിരുന്നല്ലോ. പിന്നെ അതിൽ

പരാമർശിച്ചിരിക്കുന്ന ഭൂരിഭാഗം പേരേയും അയാൾക്കൊട്ടറിയുകയുമില്ല ഏതാനും ചിലരെയൊഴിച്ച് അമ്മ. ടോർസ്റ്റിൽ, ബുഗ്നാൻഡ്, ലാറ. അതും പേരിനുമാത്രം. അവർക്കൊന്നും അയാളുടെ ജീവിതത്തിൽ ബിന്ദുമാത്രം പ്രസക്തിയുമില്ലല്ലോ.... സിനിമയിലെന്നപോലെ വെറും എക്സ്ട്രാകൾ. എന്നോ മരിച്ചു മണ്ണടിഞ്ഞു കാണും.. ഉവ്വ്, ആനി അസ്ട്രാൻഡിന്റെ പേരുണ്ട്. ഉണ്ട് എന്ന് കഷ്ടിച്ചേ പറയാനാവൂ കാരണം മറ്റു പേരുകൾക്കിടയിൽ അത് മുങ്ങിക്കിടക്കയാണ്. അതും അക്ഷരപ്പിശകോടെ അസ്ട്രാൻ എന്നേയുള്ളു. അയാൾ പറഞ്ഞു

-എന്നെപ്പറ്റി ചിന്തിച്ച് വിഷമിക്കേണ്ട. എനിക്ക് ആരേയും പേടിയില്ല. പ്രത്യേകിച്ച്, ബ്ലാക്ക്മെയിൽ ചെയ്യുന്നവരെ ഒട്ടും പേടിയില്ല.

ബ്ലാക്മെയിൽ എന്ന പദം കേട്ടിട്ടോ എന്തോ അവളുടെ മുഖത്ത് വിസ്മയം മിന്നിമറഞ്ഞു. അങ്ങനെയവൾ ചിന്തിച്ചിട്ടേയില്ല എന്നതു വ്യക്തം.

-അയാൾ നിങ്ങളുടെ അഡ്രസ്സുബുക്ക് മോഷ്ടിച്ചതാണോ എന്നു പോലും എനിക്കു സംശയമുണ്ട്.....

അവളുടെ മുഖത്തു ചിരി, തമാശ പറയാൻ കണ്ട നേരം.

ഇടയ്ക്കൊക്കെ ഷീൽ എന്നേയും വല്ലാതെ ഭയപ്പെടുത്തും. അതുകൊണ്ടാണ് ഞാനയാളോടൊപ്പം..... ഞങ്ങൾക്കിരുവർക്കും വളരെക്കാലമായി പരിചയമുണ്ട്.

സ്വരത്തിൽ കരകരപ്പ്. പുലരുവോളം ഈ ഏറ്റുപറച്ചിൽ തുടരുമോ എന്നയാൾ ആശങ്കപ്പെട്ടു. അവസാനംവരെ ശ്രദ്ധപതറാതെ കേട്ടിരിക്കാനാവുമോ തനിക്ക്?

-അയാൾ ലിയോങിലേക്കൊന്നും പോയിട്ടില്ല.... കാസിനോയിലേക്കു പോയിരിക്കയാണ് ഗാംബ്ലിംഗിന്

-ഷാബോണിയേർ കാസിനോയിലേക്കാണോ?

പൊടുന്നനേയാണ് ആ ചോദ്യം ചുണ്ടുകളിലെത്തിയത്. അയാൾക്കു തന്നെ അദ്ഭുതം തോന്നി. വിസ്മൃതിയിൽ ആണ്ടുകിടന്നിരുന്ന ആ പേര് എങ്ങനെ പുറത്തുചാടി?

വെള്ളിയാഴ്ചകളിൽ ഉച്ചതിരിഞ്ഞ് പോളും കൂട്ടരും ഷാബോണിയേർ കാസിനോയിലേക്കു ചൂതു കളിക്കാൻ പോകും, പിന്നെ തിങ്കളാഴ്ചയേ തിരിച്ചു വരൂ. ആ മൂന്നു ദിവസം ഷാന്റാൽ അയാളോടൊപ്പം ഗ്രായിസിവുഡോങ് ചത്വരത്തിലെ അയാളുടെ മുറിയിൽ ചെലവഴിക്കും.

-അതെ, ഷാബോണിയർ കാസിനോയിലേക്കാണ് പോയത്... അയാൾക്ക് അവിടത്തെ ഡീലറെ പരിചയമുണ്ട്.... അതുകൊണ്ട് പതിവിൽക്കൂടുതൽ പൈസയുമായിട്ടാവും തിരിച്ചു വരിക

-നിങ്ങൾ കൂടെ പോകാറില്ലേ?

ഈ ചുറ്റുവട്ടത്ത്
നിനക്ക് വഴി തെറ്റാതിരിക്കാൻ

-ഇല്ല, ഒരിക്കലുമില്ല... ഞങ്ങൾ ആദ്യമായി കണ്ടുമുട്ടിയ കാലത്തു മാത്രം... അന്നൊക്കെ ഞാൻ ക്ലബ്ബിൽ മണിക്കൂറുകളോളം കാത്തിരിക്കും.... ഗായ്ലോൺ ക്ലബ്. അവിടെ സ്ത്രീകൾക്കുള്ള വെയിറ്റിംഗ് റൂമുണ്ടായിരുന്നു.

താൻ കേട്ടതു ശരിതന്നെയോ? ഷാബോണിയർ ക്ലബ്ബുപോലെ ത്തന്നെ പണ്ടെന്നോ കേട്ടു പരിചയമുള്ള പേരാണ് ഗായ്ലോൺ. ഒരു ദിവസം യാതൊരു മുന്നറിയിപ്പുമില്ലാതെ ഷാന്റാൽ, ഗ്രായിസിവുഡോങ്ങിലെ റൂമിലേക്കു വന്നിട്ടു പറഞ്ഞു പോളും കൂട്ടരും ഗായ്ലോൺ ക്ലബ്ബിലേക്കു പോയിരിക്കുന്നു. നമുക്കീ സായാഹ്നം മാത്രമല്ല രാത്രിയും ഒന്നിച്ചു കഴിച്ചുകൂട്ടാം.

ഗായ്ലോൺ ക്ലബ്ബ് ഇപ്പോഴുമുണ്ടെന്നോ?... ഹേയ് ചെറുപ്പകാലത്ത് എപ്പോഴോ കേട്ടു മറന്ന പേര്. ഒരുപാടു വർഷങ്ങൾ കഴിഞ്ഞ്, ജീവിതം ഏതാണ്ട് അവസാനിക്കാറായ ഘട്ടത്തിൽ വീണ്ടും കേൾക്കുകയോ?

-തനിച്ചാവുമ്പോ എനിക്ക് ചില പ്രത്യേക പാർട്ടികളിലേക്ക് ക്ഷണം ലഭിക്കും.... ഷീലു കാരണമാണ് ഞാനത്തരം ക്ഷണങ്ങളൊക്കെ സ്വീകരിക്കുന്നത്... അയാൾക്കെപ്പോഴും പണത്തിന് ഞെരുക്കമാണ്....ഇനിയിപ്പോ ജോലിയും കൂടി പോയാൽ സ്ഥിതി വളരെ മോശമാകും.

അതൊക്കെ ശരി. പക്ഷേ താനെന്തിന് ഷീൽ ഒട്ടൊലിനിയുടേയും ഷാന്റാൽ ഗ്രിപ്പേയുടേയും സ്വകാര്യതകളിലേക്കു കടന്നു ചെല്ലണം? അപരിചിതരുമായുള്ള പുതിയ കൂടിക്കാഴ്ചകൾ രണ്ടുപേർ തമ്മിലുള്ള ഏറ്റുമുട്ടലുകൾ പോലെയാണ് തനിക്കനുഭവപ്പെടാറ്. തുറന്നടിച്ച, നിർദ്ദാക്ഷിണ്യമായ ഏറ്റുമുട്ടലുകൾ. രണ്ടു കാറുകൾ കൂട്ടിയിടിക്കുമ്പോലെ. പക്ഷേ ഇവിടെയതല്ല സംഭവിച്ചിരിക്കുന്നത്. എല്ലാം നിർവിഘ്നം വളരെ സുഗമമായിട്ടാണ് നടന്നത്. ഒരു അഡ്രസ്സ് ബുക്ക് കൈമോശം വന്നു, ഫോണിലൂടെ ഒഴുകിവന്ന ശബ്ദം, കഫേയിൽ വെച്ചൊരു കൂടിക്കാഴ്ച്ച... എല്ലാത്തിനും സ്വപ്നതുല്യമായ ലാഘവം. 'പൊലീസ് രേഖകൾ' അതും വിചിത്രമായ ഒരു അനുഭൂതിയാണ് ഉളവാക്കിയത്. കുനുകുനാ ടൈപ്പുചെയ്ത താളുകൾ. പരസ്പരം മെക്കിട്ടുകേറുംപോലുള്ള അക്ഷരങ്ങൾ, പിന്നെ ചില പേരുകൾ പ്രത്യേകിച്ച് ആനി അസ്ട്രാൻഡ് എന്ന പേര്. തന്റെ ജീവിതത്തിലെ ചില സുപ്രധാന വിവരങ്ങളാണ് മുന്നിലുള്ളത്. പക്ഷേ അവയെ നേരാംവണ്ണം കാണാനാകുന്നില്ല, രൂപ വൈകല്യം വരുത്തിവെക്കുന്ന മായക്കണ്ണാടിയിലൂടേയെ കാണാനാകുന്നുള്ളൂ. രാപനി മൂർച്ഛിക്കുമ്പോൾ കാണുന്ന പരസ്പരബന്ധമില്ലാത്ത രൂപങ്ങൾ പോലെ.

-ഷീൽ നാളെ ഷാബോണിയറിൽ നിന്നു തിരിച്ചുവരും.... ഉച്ചയോടെ.... നിങ്ങളെ കാണാൻ വരും. നമ്മൾ തമ്മിൽ കണ്ട കാര്യം അയാളോടു പറയരുത്.

ഇവൾ ആത്മാർത്ഥമായിട്ടു തന്നെയാണോ ഇങ്ങനെ പറയുന്ന തെന്ന് ഡഗ്രാണിന് സംശയം തോന്നി. ഈ രാത്രി ഇത്രയും വൈകി അവൾ തന്റെ വീട്ടിലേക്കു വരുന്ന വിവരം ഒട്ടൊലിനി അറിഞ്ഞിരിക്കാൻ ഇടയില്ലെന്നോ? ഒട്ടൊലിനി സ്വയം ഇതിന്റെ ആസൂത്രകനായിരിക്കാ നാണിട. അതെന്തൊക്കെയായാലും ഇവരെ താൻ ഒഴിവാക്കിയിരിക്കും, ജീവിതത്തിൽ എത്രയോ പേരെ ഒഴിവാക്കിയവനാണു താൻ അയാൾ നേരമ്പോക്കെന്ന മട്ടിൽ പറഞ്ഞു

-ചുരുക്കത്തിൽ നിങ്ങളിരുവരും ഒരു ജോടി ക്രിമിനലുകളാണ്.

ക്രിമിനൽ എന്ന വാക്ക് അവളെ ഞെട്ടിച്ചെന്നു തോന്നുന്നു. അങ്ങനെ പറയണ്ടായിരുന്നു എന്ന് അയാൾക്കുടൻ തോന്നിപ്പോവുകയും ചെയ്തു. അവൾ ആകെ ചൂളിപ്പോയതുപോലെ, ഏതു നിമിഷവും പൊട്ടിക്കര ഞ്ഞേക്കാം. അയാൾ അവളുടെ നേരെ നോക്കി, അവൾ നേരെ നോക്കാൻ കൂട്ടാക്കിയില്ല.

-ഇതൊക്കെ ഷീലിനു വേണ്ടിയാണ്... എനിക്കിതിൽ ഒരു പങ്കുമില്ല.

പിന്നെ നിമിഷനേരത്തെ മൗനത്തിനുശേഷം കൂട്ടിച്ചേർത്തു

-അയാൾ പറയുന്ന പണി നിങ്ങൾ ചെയ്യണം. എന്നും നിങ്ങളെ കാണാൻ വരും.... സ്വൈര്യം തരില്ല. പിടിവിടാത്ത സ്വഭാവക്കാരനാണ്...

-ഒട്ടിപ്പിടിക്കുന്ന ഒരു തരം?

-അതെയതെ വല്ലാതെ ഒട്ടിപ്പിടിക്കുന്ന വക.

ഇതിനേക്കാൾ യോജിച്ച വിവരണം നല്കാനാവില്ലെന്ന് അവൾക്കുറ പ്പുള്ളപോലെ.

-നിങ്ങളെപ്പറ്റി എന്തൊക്കെ വിവരങ്ങളാണ് ശേഖരിച്ചു വെച്ചിരിക്കു ന്നത് എന്നെനിക്കറിയില്ല......ഒരു വേള പൊലീസ് രേഖകളിൽ നിന്ന് എന്തെങ്കിലും... ഞാനതൊന്നും വായിച്ചിട്ടില്ല.... അതൊരു ചൂണ്ടയായി ഉപയോഗിച്ചെന്നു വരാം.

അവളുടെ വായിൽനിന്നു വീഴുന്നതിലെന്തെങ്കിലും സത്യമുണ്ടെന്ന് അയാൾക്ക് തോന്നുന്നില്ല. ഒരു വേള ഒട്ടൊലിനിയാവും 'ചൂണ്ട' എന്ന വാക്കു പറഞ്ഞിട്ടുണ്ടാവുക. അവൾ തുടർന്നു.

-പുസ്തകമെഴുതാൻ നിങ്ങളുടെ സഹായം വേണമെന്നാണ് എന്നോടു പറഞ്ഞത് വേറൊരു ഉദ്ദേശവുമില്ലെന്നതു ഉറപ്പാണോ?

-ഇല്ലെന്നു പറയാൻ അവളൊന്നു മടിച്ചു.

-എന്നിൽ നിന്നു പണം വല്ലതും വേണമായിരിക്കും?

-ആയിരിക്കാം. ചൂതു കളിക്കാരനല്ലേ പണത്തിനാവശ്യം കാണും.... അതെയതെ അയാൾ നിങ്ങളോട് പണം ആവശ്യപ്പെട്ടേക്കും.

അന്നത്തെ അർകാഡ് കഫേ കൂടിക്കാഴ്ചയ്ക്കുശേഷം ഒട്ടാലിനിയും ഷാന്റാലും തമ്മിൽ ഇതേപ്പറ്റി ചർച്ച നടത്തിയിരിക്കണം. ഒരു വേള നിവൃത്തികേടുകൊണ്ടാവാം. പഴയ ഷാന്റാൽ പണ്ട് പോളിനെപ്പറ്റി പറഞ്ഞതോർത്തു. മാർട്ടിംഗേൽ കളിയിൽ പോളിന് വലിയ പ്രതീക്ഷ കളുണ്ടായിരുന്നു. അവൾ ആത്മഗതം പോലെ പറഞ്ഞു.

-ഗ്രായിസിവുഡാങ് റൂമിന്റെ വാടക കൊടുക്കാൻ സമയമായി.

ഈ നാല്പത്തഞ്ചു വർഷങ്ങളിൽ ഗ്രായിസിവുഡാങ് പരിസരത്ത് വാടക എത്രയോ മടങ്ങ് വർദ്ധിച്ചിരിക്കും. താനും പണ്ടൊരിക്കൽ അവിടെ താമസിച്ചതല്ലേ? ഗ്രായിസിവുഡോങ് പരിസരത്തുള്ള ആ മുറി ഒരു സുഹൃത്തു വഴിയാണ് ഡറാൺ ഒപ്പിച്ചെടുത്തത്. ഉടമസ്ഥൻ താക്കോൽ സുഹൃത്തിനെ വിശ്വസിച്ച് ഏല്പിച്ചതായിരുന്നു. റൂമിൽ അത്യാവശ്യം സാധനങ്ങളും ഒരു ഫോണും ഉണ്ടായിരുന്നു, ഫോണിന്റെ ഡയലിനു കുറുകെ താഴിട്ടിരുന്നതു കാരണം അതുപയോഗിക്കാനാ വില്ലായിരുന്നു. പക്ഷേ ചില നമ്പറുകളൊക്കെ ഡയൽ ചെയ്യാനുള്ള സൂത്രപ്പണി ഡറാൺ പഠിച്ചെടുത്തു. അയാൾ പറഞ്ഞു.

-പണ്ട് ഞാനും ഗ്രായിസിവുഡോങ് ഭാഗത്ത് താമസിച്ചിട്ടുണ്ട്.

അവൾ ആശ്ചര്യത്തോടെ അയാളെ നോക്കി, തങ്ങളെ പരസ്പരം ഇണക്കുന്ന കണ്ണികൾ കണ്ടെത്തിയെന്ന പോലെ. അയാൾ മറ്റൊന്നു കൂടി പറയാൻ തുടങ്ങിയതായിരുന്നു അക്കാലത്ത് എന്റെ മുറിയിൽ വരാറുണ്ടായിരുന്ന കൂട്ടുകാരിയുടെ പേരും ഷാന്റാൽ എന്നായിരുന്നു വെന്ന്. പിന്നെ വേണ്ടെന്നു വെച്ചു. എന്തിനു പറയണം?

അവളാണ് സംഭാഷണം തുടർന്നത്

-ഒരു വേള ഷീൽ ഇന്നു പാർക്കുന്ന അതേ മുറിയാവും..... ഏറ്റവും മുകളിലത്തെ മച്ചിൽ?..... അതിനു താഴെയുള്ള നില വരേയെ ലിഫ്റ്റ് പോകൂ. പിന്നെ ഒരു കൊച്ചു കോണി കയറി വേണം മച്ചിലെത്താൻ?

ശരിയാണല്ലോ. ലിഫ്റ്റ് ഏറ്റവും മുകളിലത്തെ നില വരെ പോകില്ലാ യിരുന്നു. ലിഫ്റ്റിൽ നിന്നിറങ്ങി ഏതാനും പടവുകൾ കയറി മുകളിലെ ത്തിയാൽ ഒരു നീണ്ട വരാന്ത അതിലേക്കു തുറക്കുന്ന ഒരു നിര വാതിലു കൾ. അയാളുടേത് അഞ്ചാം നമ്പർ മുറിയായിരുന്നു. പാതിയും തേഞ്ഞു പോയ അഞ്ച് എന്ന നമ്പർ... അക്കാര്യം ഓർമയുണ്ട് കാരണം പോൾ പലപ്പോഴും മാർട്ടിംഗേൽ കളിയിൽ അഞ്ചിന്റെ നിഷ്പക്ഷതയെക്കുറിച്ച് വിശദീകരിക്കാൻ ശ്രമിക്കുമായിരുന്നു.

അയാൾ പറഞ്ഞു

-അന്നെനിക്കൊരു സുഹൃത്തുണ്ടായിരുന്നു, അയാളും കുതിരപ്പന്തയ ത്തിനും ഷാബോണിയർ കാസിനോയിൽ ചൂതു കളിക്കാനും പോകു മായിരുന്നു.

അവൾക്കെന്തോ സമാധാനമായതുപോലെ, ക്ഷീണമായ ചിരി മുഖത്തു പരന്നു. പതിറ്റാണ്ടുകളുടെ അന്തരമുണ്ടെങ്കിലും അവരിരുവരും ഒരേ ലോകത്താണെന്ന പ്രതീതി. പക്ഷേ ഏതു ലോകത്ത്?

-അപ്പോൾ പാർട്ടി കഴിഞ്ഞ് വരികയാണ്, അല്ലേ?

ചോദിക്കേണ്ടായിരുന്നു എന്നയാൾക്കു തോന്നിപ്പോയി. പക്ഷേ അവൾ വളരെ സ്വാഭാവികമായി മറുപടി നല്കി

-അതെ പരിചയമുള്ള ദമ്പതികളാണ്... അവർ ഒരു പ്രത്യേകതരം പാർട്ടികൾ ഒരുക്കാറുണ്ട്..... ഷീൽ കുറച്ചുകാലം അവരുടെ ഡ്രൈവറായിരുന്നു.... അവരിടയ്ക്കിടെ എന്നെ വിളിക്കും..... ഷീലിനാണ് നിർബന്ധം ഞാൻ പോണമെന്ന്.... അവരു പൈസ തരും.... അതല്ലാതെ....

അയാൾ കേട്ടുകൊണ്ടിരുന്നു, തടസ്സപ്പെടുത്താൻ ഒരുമ്പെടാതെ. അവൾ അയാളുടെ സാന്നിധ്യം തന്നെ വിസ്മരിച്ച മട്ടാണ്. ഒരു വേള ഇതൊക്കെ അയാളോടല്ല സ്വയം പറയുന്നതാണെന്നു വന്നേക്കാം. ഒരുപാടു വൈകിയിരിക്കുന്നു. പുലർച്ചെ അഞ്ചു മണിയായോ? നേരം പുലരാറായി, ഇനി ഈ നിഴലുകളൊക്കെ നീങ്ങിക്കിട്ടും. ഇതൊക്കെ ഒരു ദുഃസ്വപ്നമാണെന്നു വരും. ഉണർന്നെണീക്കുമ്പോൾ ഓഫീസു മുറിയിൽ താൻ തനിച്ചാണെന്നു കാണും. ഇല്ല, തന്റെ അഡ്രസ്സു ബുക്ക് ഒരിക്കലും നഷ്ടപ്പെട്ടിട്ടില്ല. ഷീൽ ഒട്ടൊലിനിയും ജോസ്ഫൈൻ എന്ന ഷാന്റാൽ ഗ്രിപ്പേയും ഒക്കെ വെറും മിഥ്യകളാണെന്നു വരും.

-ദേ നിങ്ങളോടു വീണ്ടും പറയുകയാണ്. ഷീലിനെ ഒഴിവാക്കാൻ ബുദ്ധിമുട്ടാണ്.... അയാളു നിങ്ങളെ വിടില്ല..... വീട്ടുവാതിലിനു മുന്നിൽ കെട്ടിക്കാത്തു നിന്നെന്നു വരും.

ഇതൊരു മുന്നറിയിപ്പോ അതോ ഭീഷണിയോ? സ്വപ്നങ്ങളിൽ എപ്പോൾ എന്തൊക്കെ സംഭവിക്കുമെന്ന് പ്രവചിക്കാനാവില്ല. ഇതൊരു സ്വപ്നമാണോ? നേരം പുലരട്ടെ, അപ്പോൾ സത്യാവസ്ഥ മനസ്സിലാവും. പക്ഷേ ഇപ്പോൾ ഈ മുന്നിലിരിക്കുന്നത്? ഇതു പ്രേതവും പിശാചുമൊന്നുമല്ലല്ലോ. സ്വപ്നത്തിൽ ശബ്ദം കേൾക്കാനാകുമോ? അയാൾക്കറിയില്ല. പക്ഷേ ഇവിടെയിപ്പോൾ ഷാന്റാൽ ഗ്രിപ്പേയുടെ കരകരത്ത ശബ്ദം അതു ശരിക്കു കേൾക്കാനാകുന്നുണ്ടല്ലോ.

-ഞാൻ പറയുന്നതു കേൾക്കൂ ഇനിയൊരിക്കലും അയാൾ വിളിച്ചാൽ ഫോണെടുക്കരുത്

എന്തോ രഹസ്യം പറയുന്ന പോലെ വളരെ പതിഞ്ഞ സ്വരത്തിലാണ് അവൾ സംസാരിച്ചത്. വാതിലിനപ്പുറത്ത് ഷീൽ ഒളിഞ്ഞു നില്പുണ്ടെന്ന ഭയത്തോടെ.

-എന്റെ ഫോണിലേക്കു മെസ്സേജ് അയച്ചാൽ മതി. അയാളില്ലാത്തപ്പോൾ. അയാളെന്തിനുള്ള പുറപ്പാടാണെന്ന് ഞാൻ നിങ്ങളെ അറിയിക്കാം. അപ്പോ അതനുസരിച്ച് നിങ്ങൾക്ക് അയാളെ ഒഴിവാക്കാനായേക്കും.

ഇവൾക്കെന്തിത്ര വേവലാതി എന്നു തോന്നിയെങ്കിലും തനിക്കി തൊക്കെ കൈകാര്യം ചെയ്യാനാകുമെന്ന് ഡറാൺ വിശദീകരിച്ചു. ഇതു വരേയുള്ള ജീവിതത്തിൽ ഒട്ടോലിനിയെപ്പോലുള്ള അനേകം പേരെ കണ്ടുമുട്ടിയിട്ടുണ്ട് അകത്തേക്കു കടക്കാനും പുറത്തേക്കിറങ്ങാനുമായി ഒന്നിലധികം വാതിലുകളുള്ള അനേകം കെട്ടിടങ്ങളുണ്ട്, പാരീസിൽ. ഇവിടെ തന്റെ അടുക്കളയിൽ പൊതുനിരത്തിലേക്കു തുറക്കുന്ന രണ്ടു കൊച്ചു ജാലകങ്ങളുള്ളതു ശരിതന്നെ. പക്ഷേ താൻ വീട്ടിലില്ലെന്ന് മറ്റു ള്ളവരെ ധരിപ്പിക്കാനായി ലൈറ്റിടാതിരിക്കാമല്ലോ.

-ഞാനൊരു പുസ്തകം തന്നിരുന്നില്ലേ... ഷീൽ എഴുതിയതാണെന്നും പറഞ്ഞ്... കുതിരപ്പന്തയങ്ങളെപ്പറ്റി....?

അയാളക്കാര്യം മറന്നു പോയിരുന്നു. ഓറഞ്ചു കവറിനകത്തു തന്നെ യുണ്ടാവും. ടൈപ്പു ചെയ്ത 'രേഖകൾ' മാത്രമേ താൻ പുറത്തെടു ത്തുള്ളൂ.

-അത് നേരല്ല. ആ പുസ്തകം ഷീൽ എഴുതിയതല്ല..., അതു താനെഴു തിയതാണെന്നും പറഞ്ഞ് എല്ലാവരേയും പറ്റിക്കയാണ്. ആ എഴുത്തു കാരനും ഷീലിന്റെ പേരാണെന്നു മാത്രം. പക്ഷേ അയാളെന്നോ മരിച്ചു പോയിരിക്കുന്നു.....

സോഫയ്ക്കു സമീപം വെച്ചിരുന്ന, കൂടെ കൊണ്ടുവന്ന പ്ലാസ്റ്റിക് ബാഗ് തുറന്ന് കറുത്ത സാറ്റിനുടുപ്പ് അവൾ പുറത്തെടുത്തു. ഇരുചുമലു കളിലും സ്വർണപ്പക്ഷികളുള്ള കറുത്ത സാറ്റിനുടുപ്പ്. ഷാറോൺ റോഡിലെ അവളുടെ മുറിയിൽ താനതു കണ്ടതാണ്.

-അയ്യോ! വിരുന്നുവീട്ടിൽ നിന്ന് ഹീൽസ് ചെരിപ്പുകളെടുക്കാൻ മറന്നു പോയിരിക്കുന്നു.

ഡറാൺ ഉടുപ്പിലേക്കു നോക്കിക്കൊണ്ടു പറഞ്ഞു

-ഞാനീ ഉടുപ്പ് കണ്ടിട്ടുണ്ട്.

-ഓരോ തവണ പാർട്ടിക്കു പോകുമ്പോഴും ഞാൻ തന്നെ വേണം വാതിൽക്കൽ.

-ഈ ഉടുപ്പ് വിചിത്രമായിരിക്കുന്നു.

-വീട്ടിലെ അലമാരയിൽ നിന്നു കണ്ടുകിട്ടിയതാണ്... കണ്ടോ ലേബ ലുണ്ട്.

അവൾ ഉടുപ്പു കൈമാറി. അയാൾ ലേബലു വായിച്ചു സിൽവിറോസാ കൂട്ടിയോർ ഫാഷൻസ്, എസ്റ്റെൽ സ്റ്റ്രീറ്റ്, മാർസെയിൽ.

-നിങ്ങൾ മുജ്ജന്മത്തിൽ ഉപയോഗിച്ച ഉടുപ്പാവും?

കഴിഞ്ഞ ദിവസം ഷാറോൺ റോഡിലെ റൂമിൽ വെച്ചു പറഞ്ഞത് അയാൾ ആവർത്തിച്ചു. -എന്നു നിങ്ങൾ വിശ്വസിക്കുന്നോ?

-ഈ ലേബലു നോക്കൂ, എത്ര പഴയതാണ്....

അവൾ ഉടുപ്പ് തിരിച്ചു വാങ്ങി സോഫയിൽ വെച്ചു.

-ദാ ഇപ്പോൾ വരാം എന്നു പറഞ്ഞുകൊണ്ട് ഡറാൺ എഴുന്നേറ്റു. അടുക്കളയിലെ ലൈറ്റ് അണച്ചിട്ടുണ്ടോ എന്നു നോക്കണം. അടുക്കളയുടെ ജാലകങ്ങൾ നിരത്തിലേക്കു തുറക്കുന്നവയാണ്. ലൈറ്റ് കത്തുന്നുണ്ട്. അതണച്ച് അയാൾ ജനാലയ്ക്കു സമീപം ചെന്നു നിന്നു. ഒട്ടൊലിനി വീടിനു വെളിയിൽ കാവൽ നിൽക്കുന്നുണ്ടാവുമോ? ഉറക്കം വിട്ടകന്ന വൈകിയ രാത്രികളിലാണ് ഇത്തരം ചിന്തകൾ മനസ്സിലേക്കു കയറി വരിക. പണ്ടു ചെറുപ്പകാലത്ത് ഇത്തരം ചിന്തകൾ തന്നെ ഭയപ്പെടുത്തിയിരുന്നു ഇല്ല, നിരത്തിൽ ആരുമില്ല. പക്ഷേ ഒട്ടൊലിനി ചത്വരത്തിലെ ഏതെങ്കിലും മരത്തിനു പുറകിലോ വലതുവശത്തുള്ള ഫൗണ്ടനു പുറകിലോ മറഞ്ഞു നില്ക്കുന്നുണ്ടെങ്കിലോ? ഒരു പാടു നേരം അനങ്ങാതെ ഡറാൺ അവിടെത്തന്നെ നിന്നു. നിരത്തിൽ ആരുമില്ല, കാറുകളൊന്നും കടന്നു പോകുന്നില്ല. ജനാല തുറന്നാൽ ഫൗണ്ടനിൽ നിന്നു വെള്ളം വീഴുന്ന ശബ്ദം കേൾക്കാനാകും. താൻ റോമിലാണോ അതോ പാരീസിലാണോ എന്നു പോലും സംശയിച്ചു പോകും.. റോം! അവിടെ വെച്ചാണ് ആനി അസ്ട്രാൻഡിന്റെ പോസ്റ്റ്കാർഡ് കിട്ടിയത്. ജീവിച്ചിരിപ്പുണ്ടെന്നതിന്റെ അവസാനത്തെ അടയാളമായി.

ഓഫീസു മുറിയിലേക്ക് തിരിച്ചെത്തിയപ്പോൾ. ഷാന്റാൽ സോഫയിൽ കിടക്കുകയാണ് സ്വർണപ്പക്ഷികളുള്ള കറുത്ത സാറ്റിനുടുപ്പാണ് ധരിച്ചിരിക്കുന്നത്. അതെങ്ങനെ? അയാളുടെ മനസ്സിലാകെ കുഴപ്പമായി. താൻ വാതിൽ തുറന്നു കൊടുക്കുമ്പോൾ ഇതായിരുന്നോ വേഷം? അല്ലേയല്ല. അവളണിഞ്ഞു വന്ന കറുത്ത പാന്റ്സും ഷർട്ടും തറയിൽ ചുരുട്ടിക്കൂട്ടി വെച്ചിട്ടുണ്ട്. അവൾ കണ്ണടച്ചു കിടക്കുന്നു. ഉറക്കം നടിക്കുകയാണോ?

അവൾ ഉച്ചയോടേയാണ് പോയത്. വീണ്ടും ഡറാൺ തനിച്ച് ഓഫീസു മുറിയിൽ. ഒട്ടൊലിനി തിരിച്ചെത്തിക്കാണുമെന്ന് അവൾക്ക് ആശങ്കയുണ്ടായിരുന്നു. ചെലപ്പോഴൊക്കെ ഷാബോണിയേർ കാസിനോയിൽനിന്ന് അതിരാവിലത്തെ ട്രെയിനിൽ തിരിച്ചുവരാറുണ്ട്. ജനാലയ്ക്കൽ നിന്നു കൊണ്ട് അയാൾ താഴെ റോഡിലേക്കു നോക്കി. കറുത്ത പാന്റ്സും ഷർട്ടും ധരിച്ച് അവൾ നടപ്പാതയിലൂടെ നടന്നു നീങ്ങുന്നതു കാണാം. കൈയിൽ പ്ലാസ്റ്റിക് ബാഗില്ലാത്ത കാര്യം ഡറാൺ ശ്രദ്ധിച്ചു. അതിവിടെ സോഫയിൽത്തന്നെ മറന്നു വെച്ചു പോയിരിക്കുന്നു. ഒരു പാടു നേരം പരതിയ ശേഷമാണ് അവളുടെ മഞ്ഞ വിസിറ്റിംഗ് കാർഡ് കൈയിൽ തടഞ്ഞത്. പക്ഷേ മൊബൈൽ നമ്പറിൽ വിളിച്ചിട്ട് ഉത്തരമില്ല. അവസാനം അയാൾ സമാധാനിച്ചു. പ്ലാസ്റ്റിക് ബാഗും ഉടുപ്പും മറന്നു വെച്ചകാര്യം ഓർമ വരുമ്പോൾ അവളുടൻ വിളിക്കും.

ഈ ചുറ്റുവട്ടത്ത്
നിനക്ക് വഴി തെറ്റാതിരിക്കാൻ

ബാഗിൽ നിന്ന് സാറ്റിനുടുപ്പു പുറത്തെടുത്ത് അയാൾ വീണ്ടും ലേബൽ നിരീക്ഷിച്ചു. സിൽവിറോസാ കുട്ട്യോർ ഫാഷൻസ്, എസ്റ്റെൽ സ്ട്രീറ്റ്, മാർസെൽ. അയാൾക്ക് മാർസെൽ എന്ന നഗരത്തെക്കുറിച്ച് ഒന്നും അറിയില്ല. എങ്കിലും ആ ലേബൽ എന്തൊക്കെയോ ഓർമകളെ തൊട്ടുണർത്തുന്നു. ഈ അഡ്രസ്സ് എവിടെയോ വായിച്ചിട്ടുണ്ട്, അതല്ലെങ്കിൽ കേട്ടിട്ടുണ്ട്. കുറേക്കൂടി ചെറുപ്പമായിരുന്നെങ്കിൽ ഇത്തരമൊരു പ്രശ്നം അതെത്രതന്നെ നിസ്സാരമായിരുന്നാലും ശരി, ഉത്തരം കിട്ടുന്നതു വരെ ദിവസങ്ങളോളം മനസ്സിന്റെ സ്വൈരത കെടുത്തും. ഉത്തരം കിട്ടുംവരെ ഒരു വിമ്മിട്ടം, ഒരു പോരായ്മ അനുഭവപ്പെടും. സംഗതി വളരെ നിസ്സാരമായിരിക്കും, ഉദാഹരണത്തിന് ഓർമയിലേക്ക് പൊടുന്നനെ ഓടിയെത്തുന്ന പദപ്രയോഗങ്ങൾ, അതല്ലെങ്കിൽ കവിതാശകലങ്ങൾ. പക്ഷേ അവയെഴുതിയതാരെന്ന് ഓർമ വരില്ല. അതുമല്ലെങ്കിൽ വളരെ ലളിതമായ ഒരു പേരാവാം.

സിൽവിറോസാ കുട്ട്യോർ ഫാഷൻസ്, എസ്റ്റെൽ സ്റ്റ്രീറ്റ്, മാർസെൽ. കണ്ണുകളടച്ച് ഏകാഗ്രമനസ്കനായി ഓർത്തെടുക്കാൻ ശ്രമിച്ചു. ലാ ഷിനോയ്സ് എന്നൊരു പദം മനസ്സിലൂടെ കടന്നു പോയി. ലാ ഷിനോയ്സ് എന്ന പദത്തിന് ഈ ലേബലുമായി എന്തു ബന്ധം? അതു കണ്ടെടുക്കണമെങ്കിൽ അഗാധമായ ക്ഷമ വേണം പക്ഷേ അത്ര ക്ഷമ ഇന്നയാൾക്കില്ല. ഷിനോയ്സ്, അതായത് ചൈനീസ്. ഷാന്റാൽ ഗ്രിപ്പേയുടെ കറുത്ത മുടിയും ഇടുങ്ങിയ കണ്ണുകളുമാണോ ആ പദം മനസ്സിലുദിപ്പിച്ചത്?

അയാൾ മേശപ്പുറത്തേക്കു നോക്കി. താറുമാറായി കിടക്കുന്ന താളുകളും അവയിലെ നീല വരകളും ഇന്നലെ രാത്രി അവളുടെ ശ്രദ്ധയിൽ പെട്ടില്ല. ഫോണിനരികിൽ വെച്ചിരുന്ന ഓറഞ്ചു കവറിൽ നിന്ന് അയാൾ പുസ്തകം പുറത്തെടുത്തു. താളുകൾ മറിച്ചു നോക്കി. കുതിരപ്പന്തയങ്ങളെപ്പറ്റിയുള്ള പഴയൊരു പുസ്തകം. യുദ്ധത്തിനു മുമ്പ് പ്രസിദ്ധീകരിച്ച പുസ്തകത്തിന്റെ അടുത്തകാലത്തിറങ്ങിയ പതിപ്പ്. ഈ പുസ്തകത്തിന്റെ രചയിതാവ് താനാണെന്ന് അവകാശപ്പെടാൻ മാത്രം വിഡ്ഢിയാണോ ഒട്ടോലിനി? അയാൾ പുസ്തകം അടച്ചു വെച്ചു. മുന്നിൽ ചിതറിക്കിടന്ന താളുകളിലേക്കു നോക്കി. ആദ്യ വായനയിൽ വരികൾ പലതും വിട്ടുപോയിരുന്നു. ഒരിക്കൽ കൂടി വായിക്കണം. വീണ്ടും വാക്കുകൾ കൺമുന്നിൽ നൃത്തം വെക്കുകയാണ്. ആനി അസ്ട്രാൻഡിനെക്കുറിച്ച് ഇനിയും വിവരങ്ങൾ കണ്ടേക്കാം. പക്ഷേ ഇപ്പോൾ വയ്യ. വല്ലാത്ത ക്ഷീണം. ഉച്ച തിരിഞ്ഞ് സാവകാശമായിരുന്നു വായിക്കാം. അതിനകം താനീ താളുകളൊക്കെ വലിച്ചു കീറിക്കളഞ്ഞില്ലെങ്കിൽ. അതെ പിന്നീടാകാം.

രേഖകളൊക്കെ അടുക്കി ഓറഞ്ചു കവറിൽ തിരികെ വെക്കുമ്പോൾ അയാളുടെ ദൃഷ്ടികൾ ആ ഫോട്ടോയിൽ പതിച്ചു. അയാളതേപ്പറ്റി തീരെ

മറന്നു പോയിരുന്നു. *ഫോട്ടോയുടെ പുറകിൽ എഴുതീട്ടുണ്ട് അജ്ഞാത ബാലൻ. ആനി അസ്ട്രാൻഡിനെ തെരഞ്ഞു കണ്ടു പിടിച്ച് അറസ്റ്റു ചെയ്യുക. വെന്റിമിഗ്ലിയയിൽ വെച്ച് അതിർത്തി കടക്കാൻ സാധ്യത: തിങ്കളാഴ്ച ജൂലൈ 21, 1952.* ഇന്നലെ ഉച്ചയ്ക്ക് ഷാറോൺ സ്ട്രീറ്റിലെ റൂമിൽ വെച്ച് കണ്ട ഫോട്ടോയുടെ പകർപ്പ്. പാസ്പോർട്ട് സൈസിലുള്ള ഫോട്ടോ വലുതാക്കിയെടുത്തത്.

അയാൾക്ക് അതിൽ നിന്ന് കണ്ണെടുക്കാനായില്ല. 'രേഖകളുടെ' ഭാഗമായിരുന്ന ഈ ഫോട്ടോയെപ്പറ്റി താനെങ്ങനെ മറന്നു പോയി? മനപ്പൂർവ്വം മറന്നതാണോ? ഈ ഫോട്ടോ തന്നെ അസ്വസ്ഥനാക്കുന്നുവോ? നിയമ ഭാഷയിൽ പറയുമ്പോലെ ഒരു എക്സിബിറ്റ് അഥവാ തെളിവ്? സ്വന്തം സ്മൃതിമണ്ഡലത്തിൽ നിന്ന് എന്നെന്നേക്കുമായി താൻ പുറന്തള്ളാൻ ശ്രമിക്കുന്ന ഒരു തെളിവാണോ ഇത്? അയാൾക്ക് തല ചുറ്റുന്നപോലെ. രോമകൂപങ്ങളിലൂടെ വിദ്യുത്പ്രവാഹം. ഈ ബാലൻ ദശാബ്ദങ്ങളോളം അകറ്റി നിറുത്തപ്പെട്ട ഈ അപരിചിത ബാലൻ. ഇതു താൻ തന്നേയാണെന്നു സമ്മതിച്ചേ തീരൂ.

മറ്റൊരു ശരത്കാലം, ട്രെംബ്ലേ സന്ദർശിക്കാനിടയായ ശരത്ക്കാലമല്ല അതിനു ശേഷമുള്ള മറ്റൊന്ന്.

ഡറാണിന് ഒരു കത്തു വന്നിരിക്കുന്നു. ഗ്രായിസിവുഡോങ് അഡ്രസ്സിൽ. കെട്ടിടത്തിനകത്ത് തന്റെ റൂമിലേക്കു നടക്കുമ്പോൾ വാച്ച്മാൻ എഴുത്തുകൾ അതാതു നമ്പറുകളിൽ വിതരണം ചെയ്യുകയായിരുന്നു.

ഷോൺ ഡറാൺ ഇതു നിങ്ങൾക്കുള്ളതാണ്. വാച്ച്മാൻ ഒരു കവർ നീട്ടി. നീല മഷിയിൽ മത്തങ്ങാ വലിപ്പത്തിൽ കവറു നിറച്ചും അഡ്രസ് എഴുതിയിട്ടുണ്ട്. ഈ അഡ്രസ്സിൽ തനിക്കാരും എഴുത്തയക്കാറില്ല. അപരിചിതമായ കൈപ്പട. ഷോൺ ഡറാൺ 8, ഗ്രായിസിവുഡോങ് ചത്വരം പാരീസ്. തന്റെ റൂം നമ്പറും വാർഡു നമ്പറും എഴുതിയിട്ടില്ല. കവറിനു പിന്നിൽ എ. അസ്ട്രാൻഡ്, 18, അൽഫ്രഡ്ഡൂഡാൻക് സ്ട്രീറ്റ്, പാരീസ്.

ക്ഷണനേരത്തേക്ക് ആ പേര് അയാളിൽ യാതൊരു പ്രതികരണവും ഉണ്ടാക്കിയില്ല. 'എ' എന്ന ഇംഗ്ലീഷ് അക്ഷരം യഥാർത്ഥപേര് മറച്ചുപിടിച്ചതുകൊണ്ടാണോ? എന്തായാലും ഒരു ദുർലക്ഷണം പോലെയാണ് തോന്നിയത്. അതാവാം താനുടൻ കത്തു പൊളിക്കാതിരുന്നതെന്ന് പിന്നീടയാൾ വ്യാഖ്യാനിച്ചു. കത്തും പോക്കറ്റിൽ തിരുകി ന്യൂയിലെവ്ലോ പരിസരത്തിന്റെ അറ്റം വരെ അന്ന് അയാൾ നടന്നു. ഏതാനും ഗരാജുകളും കുടിലുകളുമാണ് മുമ്പവിടെയുണ്ടായിരുന്നത്. പിന്നീട് രണ്ടുമൂന്നു കൊല്ലങ്ങൾക്കു ശേഷം റിംഗ് റോഡു നിർമിക്കുന്നതിനായി അവിടമെല്ലാം തട്ടി നിരത്തപ്പെട്ടു. അസ്ട്രാൻഡ്. അതാരെന്ന് അയാൾക്കുടൻ മനസ്സിലാവാതിരുന്നതെന്തേ?

അവിടെ കണ്ട കഫേയിലേക്ക് അയാൾ കയറിച്ചെന്നു. ഒരു ഗ്ലാസ് ഓറഞ്ചു ജ്യൂസ് ആവശ്യപ്പെട്ട ശേഷം പോക്കറ്റിൽ നിന്ന് കത്തെടുത്തു. കൈ കൊണ്ടു വലിച്ചു കീറിയാൽ പിന്നാമ്പുറത്തെ അഡ്രസ് നഷ്ടമായാലോ അതുകൊണ്ട് ഒരു കൊച്ചു പേനാക്കത്തിയും ചോദിച്ചു വാങ്ങി വളരെ ശ്രദ്ധാപൂർവ്വം കത്തിയുപയോഗിച്ച് കവറു തുറന്നു... കവറിനുള്ളിൽ മൂന്നേ മൂന്നു ഫോട്ടോകൾ. തന്റെ കുട്ടിക്കാലത്തെടുത്ത പാസ്പോർട്ട് ഫോട്ടോകൾ.

അയാൾക്കോർമയുണ്ടായിരുന്നു. ഒരുച്ചനേരത്ത് സാമിഷേൽ പാലത്തിനടുത്ത് ഹൈക്കോർട്ടിനു മുന്നിലുള്ള സ്റ്റുഡിയോയിലേക്ക് ഫോട്ടോ

എടുക്കാൻ പോയത്. ആ സ്റ്റുഡിയോ അന്നുമുണ്ടായിരുന്നു, പലപ്പോഴും അതിനു മുന്നിലൂടെ അയാൾ നടന്നു പോകാറുമുണ്ടായിരുന്നു.

ഈ ഫോട്ടോകളിന്നെവിടെ? മുമ്പ് തന്റെ കയ്യിലുണ്ടായിരുന്ന ഫോട്ടോകൾ. അവ കണ്ടെടുക്കണം എന്നിട്ട് ഒട്ടൊലിനിയുടെ രേഖകളിലെ ഫോട്ടോയുമായി ഒത്തു നോക്കണം. ഫോട്ടോകൾ ആ പഴയ സൂട്ട്കേസിലുണ്ടായിരിക്കണം. പത്തു നാല്പതു കൊല്ലങ്ങൾക്കുമുമ്പുള്ള സാമാനങ്ങൾ കുത്തിനിറച്ച തന്റെ പഴയ സൂട്ട്കേസിൽ.

പക്ഷേ അതിന്റെ താക്കോൽ എപ്പഴോ കളഞ്ഞു പോയില്ലേ. ഒരു ഗുണവുമില്ല.

ഇത് ആ ഫോട്ടോ തന്നെയാണ്. സംശയമില്ല. *അജ്ഞാതബാലൻ. ആനി അസ്ട്രാൻഡിനെ തെരഞ്ഞു കണ്ടു പിടിച്ച് അറസ്റ്റു ചെയ്യുക. വെന്റിമിഗ്ലിയയിൽ വെച്ച് അതിർത്തി കടക്കാൻ സാധ്യത: തിങ്കളാഴ്ച ജൂലൈ 21, 1952. എല്ലാവരേയും തടഞ്ഞു നിർത്തി പരിശോധിക്കണം, അവൾ അതിർത്തി കടക്കാനുള്ള പുറപ്പാടിലാണ്.*

അവൾ കറുത്ത വസന്തം എന്ന നോവൽ വായിച്ചു കാണും. അതിലെ ഒരു കുഞ്ഞു പരാമർശം അവൾ തിരിച്ചറിഞ്ഞിരിക്കുന്നു. അതല്ലെങ്കിൽ പതിനഞ്ചുകൊല്ലം കഴിഞ്ഞ് അവളെന്തിനു തനിക്കെഴുതണം? പക്ഷേ തന്റെ അഡ്രസ്, അതും ഗ്രായിസിവുഡോങിലെ അഡ്രസ് എവിടന്നു കിട്ടി? അയാളവിടെ വളരെ ചുരുക്കമായേ അന്തിയുറങ്ങാറുണ്ടായിരുന്നുള്ളു. ബ്ലോഷ് പരിസരത്തെ കൂസ്തൂ റോഡിലായിരുന്നു അയാളുടെ സ്ഥിരവാസം.

ശരിയാണ്. അവൾ ഏതെങ്കിലും വിധത്തിൽ പ്രതികരിച്ചേക്കാം എന്ന വിശ്വാസത്തോടെത്തന്നെയാണ് അയാൾ നോവലെഴുതിയത്. തന്റെ ബാല്യകാലത്തിലൂടെ കടന്നുപോയ പലർക്കും പിന്നീട് എന്തു സംഭവിച്ചുവെന്ന് അയാൾക്കറിയില്ല. നോവലെഴുത്ത് അയാളെ സംബന്ധിച്ചിടത്തോളം അടയാള വിളക്കുകൾ പോലേയോ, മോഴ്സ് കോഡുപോലേയോ ആയിരുന്നു. നോവലുകളിൽ ചിലരുടെ പേരുകൾ യാദൃച്ഛികമെന്ന മട്ടിൽ എഴുതിച്ചേർക്കാം. എന്നിട്ട് അവരുടെ പ്രതികരണവും കാത്തിരിക്കാം. അക്കാര്യം അയാൾക്കറിയാഞ്ഞിട്ടല്ല. പക്ഷേ ആനി അസ്ട്രാൻഡിന്റെ കാര്യത്തിൽ അയാൾ പേരെടുത്തു പറഞ്ഞിരുന്നില്ല, മറിച്ച് അവരിരുവരും നടന്നുപോയ വഴികളെക്കുറിച്ചുള്ള സൂചനകളുണ്ടായിരുന്നു.

നോവലിലെ കഥാപാത്രങ്ങളെയൊന്നും അവൾക്കു തിരിച്ചറിയാനാവില്ല. കഥാകൃത്ത് തനിക്കു വേണ്ടപ്പെട്ടവരെ നോവലിലെ കഥാപാത്രങ്ങളായി അവതരിപ്പിക്കുന്നത് എന്തിനാണെന്ന് മനസ്സിലാവുന്നില്ല. നോവലിലെത്തിക്കഴിഞ്ഞാൽ പിന്നെയവരൊക്കെ മായക്കണ്ണാടിയിലൂടെ എന്നന്നേക്കുമായി മറഞ്ഞുപോകും. വെറും മിഥ്യയാണെന്നു വരും. അതുകൊണ്ട് വളരെ കരുതലോടെ, സൂക്ഷ്മതയോടെ വേണം മുന്നോട്ടു

ഈ ചുറ്റുവട്ടത്ത്
നിനക്ക് വഴി തെറ്റാതിരിക്കാൻ

നീങ്ങാൻ. കറുത്ത വസന്തത്തിൽ ആനി അസ്ട്രാൻഡിന്റെ ശ്രദ്ധയാ കർഷിക്കുമായിരുന്ന ഒരൊറ്റ പരാമർശമേ ഉണ്ടായിരുന്നുള്ളു. ഒരു മുതിർന്ന പെൺകുട്ടിയും ബാലനും പാലസ് ബുളേവാഡിലെ ഫോട്ടോ സ്റ്റുഡി യോയിലേക്കു ചെല്ലുന്ന രംഗം. ബാലനറിയില്ല, തന്നെയെന്തിനാണ് ആ ഇരുട്ടു മുറിയിലേക്ക് ഉന്തിത്തള്ളുന്നതെന്ന്. അവൾ പറയുന്നു തലയന ക്കാതെ കണ്ണിമക്കാതെ നേരെ മുന്നിലേക്കു നോക്കാൻ. എന്നിട്ട് കറുത്ത തിരശ്ശീല വലിച്ചിടുന്നു. അവനൊരു സ്റ്റൂളിലാണ് ഇരിക്കുന്നത്. കണ്ണഞ്ചി ക്കുന്ന പ്രകാശം. അവന്റെ കണ്ണടഞ്ഞുപോയി. അവൾ കറുത്ത കർട്ടനു പിറകിൽ നിന്ന് പുറത്തേക്കു വന്നു. മെഷീന്റെ പഴുതിൽ നിന്ന് ഫോട്ടോ പുറത്തേക്കു വീഴാൻ അവർ കാത്തു നിന്നു. ഫോട്ടോ ശരിയായിട്ടില്ല, അവൻ കണ്ണടച്ചിരിക്കുന്നു. വീണ്ടുമൊരു തവണ കൂടി ഇതേ പ്രക്രിയ. പിന്നെയവരിരുവരും അടുത്തുള്ള കഫേയിലേക്കു പോയി. ഇതാണ് സംഭവിച്ചത്. അത് അതേപടി അയാൾ നോവലിൽ പകർത്തി. ഒരു നുറുങ്ങ് യാഥാർത്ഥ്യം നോവലിലേക്ക് ഒളിപ്പിച്ചു കടത്തിയിരിക്കുന്നു. പത്രങ്ങളിൽ പതിവായി കാണാറുള്ള സ്വകാര്യസന്ദേശം പോലെ. ഒരാളെ മാത്രം ഉദ്ദേശിച്ച്, അയാൾക്കു മാത്രം മനസ്സിലാവുന്ന സന്ദേശം.

വൈകുന്നേരമായിട്ടും ഷാന്റാലിന്റേയോ ഒട്ടൊലിനിയുടേയോ ഫോൺ വരാത്തതിൽ അയാൾക്ക് ആശ്ചര്യം തോന്നി. കറുത്ത സാറ്റിനുടുപ്പ് ഇവിടെ മറന്നു വെച്ച കാര്യം അവളിനിയും ശ്രദ്ധിച്ചു കാണില്ലെന്നോ? അവളുടെ മൊബൈൽ നമ്പറിലേക്കു വിളിച്ചു നോക്കി. പ്രതികരണമില്ല. താനൊരു ശിഖരത്തിലെത്തി നിൽക്കുകയാണ്, അതിനപ്പുറം വെറും ശൂന്യത മാത്രം. മൊബൈൽ നമ്പർ ഇപ്പോഴും അവളുടെ പേരിൽ തന്നെയോ? അതോ ഷാന്റാലിന് മൊബൈൽ നഷ്ടപ്പെട്ടുവോ? അഥവാ അവൾ ജീവിച്ചിരിപ്പില്ലെന്നു വരുമോ

പകർച്ചവ്യാധിപോലെ സംശയം ഷീൽ ഒട്ടൊലിനിയിലേക്കും പടർന്നു. കംപ്യൂട്ടറിലെ കീ ബോർഡിൽ അയാളുടെ വിരലുകൾ ചലിച്ചു. സ്വീർട്ട്സ് എജൻസി, പാരീസ്. ഇല്ല.. ലാസാറെ സ്റ്റേഷൻ പരിസരത്തോ പാരിസിലെ മറ്റേതെങ്കിലും ഭാഗത്തോ അങ്ങനെയൊരു സ്ഥാപനമില്ല. കുതിരപ്പന്തയങ്ങളുടെ രചയിതാവ് എന്ന അവകാശപ്പെട്ട വ്യക്തി ഏതോ മിഥ്യാസ്ഥാപനത്തിലെ ജീവനക്കാരനാണെന്നോ?

ഗ്രായിസിവുഡോങ് ചത്വരപരിസരത്ത് ഒട്ടൊലിനി എന്ന പേരിൽ ആരെങ്കിലും ഉണ്ടോ എന്നയാൾ പരതി. ചത്വരപരിസരത്തുള്ള എട്ട് ഉപവാർഡുകളിൽ ഒരെണ്ണത്തിൽ പോലും ഒട്ടൊലിനിയില്ല. പക്ഷേ താനിതൊന്നും സ്വപ്നം കണ്ടതല്ല എന്നു സ്ഥിരീകരിക്കാനായി സോഫയിൽ ആ കറുത്ത സാറ്റിനുടുപ്പു കിടക്കുന്നു. ഇനിയിതൊന്നു നോക്കിയാലോ? സിൽവിറോസാ കുട്ട്യോർ ഫാഷൻസ്, എസ്റ്റെൽ സ്റ്റ്രീറ്റ്, മാർസെൽ. പക്ഷേ മറ്റൊരഡ്രസ്സിലേക്കാണ് കംപ്യൂട്ടർ അയാളെ തിരിച്ചു വിട്ടത്. റോസാ 18, സാവാഷ് സ്റ്റ്രീറ്റ്, 68100 മുളൂസ്. ഈയടുത്തകാലത്തായി കംപ്യൂട്ടറിൽ അയാളങ്ങനെ വളരെ ചുരുക്കമായേ ആരെയെങ്കിലും തെരയാറുള്ളു. അയാൾ കണ്ടെത്താൻ ആഗ്രഹിക്കുന്നവർ ഇൻറർനെറ്റിന്റെ വലയിൽ വീഴുന്നവരല്ല. അത്തരം നിരീക്ഷണത്തിൽ നിന്ന് എങ്ങനെയോ രക്ഷപ്പെട്ടിരിക്കുന്നവരാണ്. കാരണം അവരൊക്കെ മറ്റൊരു കാലഘട്ടത്തിൽ ജീവിക്കുന്നവരാണ്, പ്രശസ്തരുമല്ല. അയാളുടെ അച്ഛനെപ്പോലെ. അച്ഛൻ അയാൾക്ക് അപരിചിതനായിരുന്നു. അച്ഛൻ പറയുമായിരുന്നു എന്നെത്തേടി പത്തു പേരു ഒന്നിച്ചുവന്നാലും എനിക്കവരുടെയൊക്കെ

കണ്ണു വെട്ടിച്ചു രക്ഷപ്പെടാനറിയാം. കംപ്യൂട്ടറിൽ അച്ഛനെപ്പറ്റി ഒരു വിവരവുമില്ല. ഷാന്റാൽ ഗ്രിപ്പേ തന്റെ വീട്ടിലേക്കു വന്നതിന്റെ തലേന്ന് അയാൾ ടോർസ്റ്റിൽ, ലാറാ എന്നീ പേരുകൾ കംപ്യൂട്ടറിൽ തേടിയിരുന്നു. അവരുടെ കാര്യവും തഥൈവ. പക്ഷേ ഒന്നുണ്ട് പെറിങ് ദു ലാറ എന്ന പേരിൽ അനന്തമായൊരു ലിസ്റ്റ്. രാത്രി മുഴുവനുമിരുന്ന് നോക്കിയാലും തീരാത്ത നീണ്ട ലിസ്റ്റ്. താൻ കണ്ടെത്താനാഗ്രഹിക്കുന്നവർ ഏതോ ആൾക്കൂട്ടത്തിൽ മറഞ്ഞിരിക്കുകയാണ്. അതല്ലെങ്കിൽ അതേ പേരുള്ള ഒരു പ്രശസ്ത വ്യക്തിയുടെ മറവു പറ്റി ഒളിഞ്ഞിരിക്കയാണ്. പെറിങ്ദു ലാറ ജീവിച്ചിരിപ്പുണ്ടോ, ഉണ്ടെങ്കിൽ അഡ്രസ്സു തരൂ എന്ന നേരിട്ടുള്ള ചോദ്യത്തിനു മുന്നിൽ കംപ്യൂട്ടറിന് ഉത്തരം മുട്ടിപ്പോയി. അതിനെ ഇണക്കിയിരുന്ന ഒരായിരം കമ്പികളും വിദ്യുത് കണ്ണികളും നാണം കെട്ടു പരുങ്ങിയപോലെ. ചിലപ്പോഴൊക്കെ കംപ്യൂട്ടർ തെറ്റായ പാതയിലേക്കും നയിച്ചു. ഉദാഹരണത്തിന് അസ്ട്രാൻഡിനു കിട്ടിയ പ്രതികരണങ്ങൾ സ്വീഡനിലേതായിരുന്നു. ഈ പേരുള്ള എത്രയോ പേർ ഗോത്ത്ബുർഗ് നഗരത്തിലുണ്ട്.

ചൂടിനു കുറവില്ല. നവമ്പർ വരെ ഇതു നീണ്ടുപോകുമെന്നു തോന്നുന്നു. ഇവിടെ ഓഫീസുമുറിയിൽ കുത്തിയിരിക്കുന്നതിനുപകരം സന്ധ്യയോടെ പുറത്തേക്കിറങ്ങാമെന്ന് അയാൾ തീരുമാനിച്ചു. തിരിച്ചു വന്നശേഷം മുമ്പ് ഓടിച്ചു വായിച്ച ആ രേഖകളൊക്കെ അതിസൂക്ഷ്മമായി ഒരിക്കൽ കൂടി വായിച്ചു നോക്കണം. അപ്പോൾ ആനി അസ്ട്രാൻഡിനെക്കുറിച്ച് വേറെയും വിവരങ്ങൾ ലഭിച്ചെന്നു വരും. ഫോട്ടോ എടുത്ത് പതിനഞ്ചു കൊല്ലംകഴിഞ്ഞ് തമ്മിൽ കാണാനുള്ള ഒരവസരം കിട്ടിയപ്പോൾ അവളോട് ഇതേപ്പറ്റിയൊക്കെ ചോദിക്കേണ്ടതായിരുന്നു, കഷ്ടം ചോദിക്കാനായില്ല. അല്ല ചോദിച്ചിരുന്നെങ്കിലും അവൾ ഉത്തരം പറയുമായിരുന്നില്ല.

പുറത്തിറങ്ങിയപ്പോൾ മനസ്സിന് മറ്റു ദിവസങ്ങളേക്കാളും ലാഘവം അനുഭവപ്പെട്ടു. വിദൂരമായ ഭൂതകാലത്തിൽ മുങ്ങിത്തപ്പുന്നത് ശരിയല്ല. അതുകൊണ്ട് ആർക്കെന്തു പ്രയോജനം? എത്രയോ വർഷങ്ങളായി അതിനെക്കുറിച്ചൊന്നും ചിന്തിക്കാറേയില്ല. ഭൂതകാലം. പുകമൂടിയ ചില്ലു ജാലകത്തിലൂടെ നോക്കുന്നപോലേയേ തോന്നാറുള്ളു. പ്രകാശതരംഗങ്ങൾക്ക് വ്യക്തതയില്ല. മുഖങ്ങളോ രൂപങ്ങളോ തെളിച്ചു കാണാനാകുന്നില്ല. അതിമിനുസമായ പുകമറച്ചില്ല് ഒരു പ്രതിരോധനിര പോലെ തടസ്സം നില്ക്കുന്നു. മനപ്പൂർവമായ സ്മൃതിഭ്രംശത്തിലൂടെ ഭൂതകാലത്തിൽ നിന്ന് സ്വയം രക്ഷനേടാനുള്ള ശ്രമത്തിൽ താൻ വിജയിച്ചുവോ? അതല്ലെങ്കിൽ കാലപ്രവാഹം കടുംവർണങ്ങളെ കഴുകിക്കളയുകയും, കൂർത്ത മുനകളെ തേച്ചു മിനുസപ്പെടുത്തുകയും ചെയ്തതാവാം.

വേനലിന്റെ വെയിൽക്കീറുകൾ പാരിസിന്റെ തെരുവുകൾക്ക് അനന്തമായ സൗന്ദര്യം പകരുന്നു. നടപ്പാതയിലൂടെ നീങ്ങവേ അയാളാലോചിച്ചു കഴിഞ്ഞ കൊല്ലം മുതൽ വാർധക്യമിങ്ങെത്തിപ്പോയ അനുഭൂതി. കുട്ടിക്കാലത്ത് അർധമയക്കത്തിൽ കരിയിലയെപ്പോലെ ഭാരമില്ലാതെ പാറി നടക്കുന്നത് അനുഭവിച്ചറിഞ്ഞിട്ടുണ്ട്. പക്ഷേ ഇന്നത്തെക്കാര്യം അതല്ല. എഞ്ചിൻ അണച്ചശേഷം കാറ് ഒരു കുന്നിറങ്ങി വഴുതിവരുമ്പോലെ. പക്ഷേ എത്രകാലത്തേക്ക്?

ശരീരഭാരം കുറഞ്ഞിട്ടില്ല, കാറ്റുകൊണ്ട് കാലൊന്നിടറി. എതിർദിശയിൽ വന്ന കാൽനടക്കാരുടെ വഴിയിൽനിന്ന് തക്കസമയത്ത് മാറി നില്ക്കാൻ കഴിഞ്ഞില്ല. അവരുമായി കൂട്ടിമുട്ടി. ഡറാൺ അവരോട് ഖേദം പ്രകടിപ്പിച്ചു. സാധാരണ വളരെ ശ്രദ്ധയോടെയാണ് നടക്കാറ്, എതിരെ നിന്ന് ആരെങ്കിലും വരുന്നതു കണ്ടാൽ മുൻകൂട്ടി വഴി മാറിക്കൊടുക്കുകയോ മറുവശത്തേക്ക് മുറിച്ചുകടക്കുകയോ ചെയ്യും. മറ്റൊരു കാര്യവും ഡറാൺ ശ്രദ്ധിച്ചിട്ടുണ്ട്. അതിവിരളമായ സന്ദർഭങ്ങളിലേ കാണണമെന്നു ആശിച്ചുകൊണ്ടിരിക്കുന്ന വ്യക്തിയുമായി കൂട്ടിമുട്ടാറുള്ളൂ. ജീവിതത്തിൽ ആകെ രണ്ടോ മൂന്നോ തവണ?

ഷാറോൺ റോഡിലേക്കു നടക്കാൻ അയാൾക്കു സന്തോഷമേയുള്ളു അവിടെച്ചെന്ന് ഉടുപ്പു മറന്നു വെച്ച കാര്യം ഷാന്റാലിനോടു പറയാം. പക്ഷേ ഷീൽ ഒട്ടൊലിനിയുടെ പിടിയിൽ വീണാലോ. അപ്പോൾപ്പിന്നെ എന്തു ചെയ്യണം? ആൾ മാറാട്ടക്കാരനായ ഷീൽ ഒട്ടൊലിനിയെ സൂക്ഷിക്കണം. സ്വീർട്ട്സ് ഏജൻസി ഷീലിനെ പിരിച്ചു വിട്ടേക്കുമെന്ന് ഷാന്റാൽ പറഞ്ഞല്ലോ. പക്ഷേ അത്തരമൊരു സ്ഥാപനം തന്നെ നിലവിലില്ല എന്നവൾക്കും അറിയുമായിരിക്കും. അങ്ങനെയാണെങ്കിൽ കുതിരപ്പന്തയങ്ങളെപ്പറ്റിയുള്ള ആ പുസ്തകമോ? യുദ്ധത്തിനു മുമ്പ് പബ്ലിഷ് ചെയ്ത പുസ്തകമല്ലേ അത്? ഒട്ടൊലിനി അതിന്റെ കൈയെഴുത്തു പ്രതി മറ്റേതോ ജന്മത്തിൽ മറ്റൊരു പേരിൽ പബ്ലിഷറെ ഏല്പിച്ചതാണെന്നോ? എന്തായാലും ശരി ഡറാണിന് ഇതിന്റെയൊക്കെ വിശദീകരണങ്ങൾ വേണം.

നടന്നുനടന്ന് പാലെറോയാലിലെത്തിയിരിക്കുന്നു. ലക്ഷ്യമില്ലാതെ ചുറ്റിക്കറങ്ങുകയാണ്. കാൽനടക്കാർക്കുള്ള ആർട്ട്സ് പാലം കടന്ന് ലൂവ്രിന്റെ മുറ്റത്തെത്തിയപ്പോളാണ് ബോധ്യമായത് കുട്ടിക്കാലത്ത് തനിക്കു ചിരപരിചിതമായിരുന്ന വഴിയിലൂടെയാണ് ഇപ്പോൾ ഇവിടേക്കു നടന്നെത്തിയതെന്ന്. ഈ സ്ഥലം അയാൾക്കോർമയുണ്ട്. ക്രിസ്തുമസിനായി അലങ്കരിച്ച ലൂവ്ര് ഷോപ്പ്. ബുഷോളെ ഗാലറിക്കു മുന്നിലെത്തിയപ്പോൾ അയാൾ നിന്നു. ലക്ഷ്യസ്ഥാനത്തെത്തിയതുപോലെ. മറ്റൊരു ദൃശ്യം ഓർമയുടെ മുകൾപ്പരപ്പിലേക്കു പൊന്തി വരുന്നു. എത്രയോ കാലമായി

ഈ ചുറ്റുവട്ടത്ത്
നിനക്ക് വഴി തെറ്റാതിരിക്കാൻ

വെളിച്ചം കാണാതെ മറവിയുടെ അഗാധതയിൽ ആണ്ടുകിടന്നിരുന്ന ചിത്രം. അതുകൊണ്ടാവാം പുത്തൻ പുതിയതാണെന്ന പ്രതീതി. അതൊരു ഓർമയാണോ അതോ ഭൂതകാലത്തിൽ നിന്നു വേർപെട്ട ഒരു സ്വതന്ത്ര ചിത്രമാണോ? ന്യൂക്ലിയസ്സിൽ നിന്നു വേർപെട്ട ഇലക്ട്രോണിനെപ്പോലെ? അമ്മ – വിരളമായ സന്ദർഭങ്ങളിലേ അമ്മയൊന്നിച്ചു പുറത്തു പോയിട്ടുള്ളു. കലാസൃഷ്ടികളും പുസ്തകങ്ങളും വിൽക്കുന്ന ഒരു കടയിലേക്ക് അമ്മ കയറിച്ചെന്നു. അങ്ങേയറ്റത്തുള്ള മേശയ്ക്കരികിൽ രണ്ടു വ്യക്തികളുമായി സംസാരിച്ചു. ഒരാൾ മേശക്കപ്പുറത്ത് ഇരിക്കുകയാണ്, മറ്റേയാൾ മാർബിൾ നെരിപ്പോടിനുമീതെ കൈ മുട്ടു മടക്കി അതിലേക്ക് ചാഞ്ഞു നില്ക്കുന്നു. ഗീ ടോർസ്റ്റിൽ. ഷാക് പെറിങ് ദു ലാറ. കാലാവസാനം വരെ ഉറച്ചു പോയ ദൃശ്യചിത്രം. പക്ഷേ അന്ന് ട്രെംബ്ലേയിൽ നിന്ന് തിരിച്ചു വരുമ്പോൾ കാറിൽ വെച്ച് ഈ പേരു കേട്ടപ്പോൾ തന്നിൽ ഒരു പ്രതികരണവും ഉണ്ടാവാഞ്ഞതെന്തേ? വിസിറ്റിംഗ് കാർഡിൽ ഈ ഗാലറിയുടെ പേരും ഉണ്ടായിരുന്നല്ലോ.

കാറിൽ വെച്ച് ടോർസ്റ്റിൽ പാരിസിനു പുറത്തുള്ള ഒരു വീടിന്റെ കാര്യവും അവിടെ ഒരു കുട്ടിയെ കണ്ട കാര്യവും പറഞ്ഞതാണ്. ആനി അസ്ട്രാൻഡിന്റെ വീട്. അവിടെ ഡറാൺ ഏതാണ്ട് ഒരു വർഷത്തോളം താമസിച്ചു. സാലൂലാ ഫോറെ. 'ഞാനവിടെ ഒരു കൊച്ചുപയ്യനെ കണ്ടതായി ഓർക്കുന്നു... അതു നീയായിരിക്കണം.....' ആ പ്രസ്താവത്തിന് ഡറാൺ എങ്ങനെയാണ് പ്രതികരിച്ചത്? ഇതൊന്നും തന്നെ സംബന്ധിക്കുന്ന വിഷയമല്ല എന്ന മട്ടിൽ. ഉദാസീനനായി. ടോർസ്റ്റിൽ തന്നെ ഗ്രായിസിവുഡോങ് പരിസരത്ത് ഇറക്കി വിട്ട ആ ഞായറാഴ്ചയാണ്, താൻ കറുത്ത വസന്തം എഴുതാൻ തുടങ്ങിയത്. പക്ഷേ ക്ഷണനേരത്തേക്കു പോലും സാലുലാഫോറെയിലെ വീട്ടിലെ താമസക്കാരി ആനി അസ്ട്രാൻഡിനെപ്പറ്റി ചോദിക്കാനുള്ള മനസ്സാന്നിധ്യം തനിക്കുണ്ടായില്ല. ഏതോ ഒരു ആനി അസ്ട്രാൻഡ്. ആനി അസ്ട്രാൻഡിന് പിന്നീട് എന്തു പറ്റിയെന്ന് ടോർസ്റ്റിലിന് ഒരു വേള അന്നേ അറിയുമായിരിക്കണം

ബുഷോളെ ആർട്ട് ഗാലറിക്കടുത്തുള്ള പൂന്തോട്ടത്തിലെ ബെഞ്ചിൽ, വെയിലേറ്റുകൊണ്ട് അയാളിരുന്നു. ഒരു മണിക്കൂറിലധികമായി വെയിലത്ത് നടക്കുന്നു, മുൻദിവസങ്ങളേക്കാൾ പുഴുക്കവുമുണ്ട് എന്നിട്ടും അയാളതു ശ്രദ്ധിച്ചിട്ടില്ല. ടോർസ്റ്റിൽ, ലാറ. ഇവരിൽ ലാറയെ താൻ അവസാനമായി കണ്ടുവല്ലോ ട്രെംബ്ലേ സന്ദർശിച്ച അതേ വർഷം. തനിക്കന്ന് ഇരുപത്തിയൊന്നു വയസ്സു കാണും. ലാറയുമായുള്ള കൂടിക്കാഴ്ചയും കവിതകളിൽ പറയുമ്പോലെ അനന്തവിസ്മൃതിയുടെ തണുത്തിരുണ്ട അഗാധതയിലേക്ക് വീണുപോകേണ്ടതായിരുന്നു. പക്ഷേ ആനി

അസ്ട്രാൻഡ് കാരണമാണ് അങ്ങനെ സംഭവിക്കാതിരുന്നത്. ഒരു രാത്രി. ഷാസ് എലീസി പരിസരത്തുള്ള ഒരു കഫേ. ആ കഫേ പിന്നീടെപ്പോഴൊ ഫാർമസിയായി രൂപം മാറി. രാത്രി ഏതാണ്ട് പത്തു മണിയായിക്കാണും. ഗ്രായിസിവുഡോങിലോ കൂസ്തു റോഡിലോ ഉള്ള റൂമിലേക്ക് തിരിച്ചു നടക്കുന്നതിനിടയിൽ കയറിയതാണ്. കുറച്ചു കാലമായി കൂസ്തൂറോഡിൽ 600 ഫ്രാങ്ക് മാസവാടകയ്ക്ക് അയാളൊരു മുറിയെടുത്തിരുന്നു

അന്നു രാത്രി കഫേക്കകത്ത് കയറിയപ്പോൾ നേരെ മുന്നിൽ ലാറ. തനിച്ചാണ്. എന്തോ ഒരു പന്തികേടു തോന്നി. താനെന്തിനേ അങ്ങോട്ടു കേറി സംസാരിച്ചത്? പത്തുപതിനഞ്ചു കൊല്ലമായി തമ്മിൽ കണ്ടിട്ട്. ഈ വ്യക്തി തന്നെ തിരിച്ചറിഞ്ഞെന്നു വരില്ല. പക്ഷേ ഡറാൺ തന്റെ ആദ്യപുസ്തകം എഴുതാൻ തുടങ്ങിയിരിക്കുന്നു. അതോടെ ആനി അസ്ട്രാൻഡ് അയാളുടെ മനസ്സിനെ നിരന്തരം ശല്യം ചെയ്തുകൊണ്ടുമിരുന്നു. ഒരു വേള ലാറയ്ക്ക് അവളെപ്പറ്റി എന്തെങ്കിലും അറിയാമായിരിക്കും. ലാറയുടെ മേശയ്ക്കടുത്തു ചെന്ന് ഡറാൺ നില്പുറപ്പിച്ചു. ലാറ തലയുയർത്തി നോക്കി. ഇല്ല താനാരെന്ന് മനസ്സിലായിട്ടില്ല. പറഞ്ഞറിയിക്കണം.

-ഷോൺ ഡറാൺ.....? ഓ ഷോൺ.....!

ലാറ ചിരിച്ചു, ക്ഷീണിച്ച ചിരി. ഈ സമയത്ത് തനിച്ച് ഇവിടെ വെച്ചു മറ്റൊരാളെ കണ്ടുമുട്ടേണ്ടി വന്നതിലുള്ള പരുങ്ങൽ.

-ആഹാ! നീയൊരു പാടങ്ങു വളർന്നല്ലോ. ഇരിക്ക്

ലാറ തൊട്ടടുത്തുള്ള കസേര ചൂണ്ടിക്കാട്ടി. ക്ഷണനേരത്തേക്ക് അയാൾ ഒന്നു മടിച്ചു. പുറത്തേക്കുള്ള ചില്ലുവാതിൽ തുറന്നു കിടക്കുന്നുണ്ട്. തന്റെ സ്ഥിരം പരിപാടി നടത്താം. ഒരു നീണ്ട ദീർഘ നിശ്വാസം. ദാ വന്നു എന്നും പറഞ്ഞ് രാത്രിയുടെ ഇരുളിലേക്ക് ഒരു മുങ്ങൽ. പിന്നെ ലോകാവസാനം വരെ തന്നെക്കാത്ത് കഫേയിൽ ഒറ്റയ്ക്കിരിക്കുന്ന നിഴലിലേക്ക് തിരിച്ചുപോകേണ്ടതില്ല പക്ഷേ അയാളിരുന്നു. ചെതുക്കിയെടുത്ത റോമൻ പ്രതിമപോലുള്ള ലാറയുടെ മുഖം. മുടിച്ചുരുളുകളിൽ നര വീണിരിക്കുന്നു. നേവീബ്ലൂ കോട്ടൺ ജാക്കറ്റ്. തീരെ കനമില്ല, കാലാവസ്ഥയ്ക്കു ചേർന്നതല്ല. മുന്നിൽ പാതി കുടിച്ചു തീർത്ത ഒരു ഗ്ലാസ്. മാർട്ടിനിയാണ്, അതിന്റെ നിറം കണ്ട് ഡറാൺ തിരിച്ചറിഞ്ഞു.

-നിന്റെ അമ്മയോ? അവരെ കണ്ടിട്ട് ഒരു പാടു കാലമായി.... നിനക്കറിയാമോ ഞങ്ങൾ സഹോദരങ്ങളെപ്പോലെയായിരുന്നു.

ലാറ ചുമലു കുലുക്കി, മുഖത്ത് വേവലാതി സ്ഫുരിക്കുന്നു

-ഞാനൊരുപാടു വർഷങ്ങളായി പാരീസിൽ ഇല്ലായിരുന്നു.

ഈ ചുറ്റുവട്ടത്ത്
നിനക്ക് വഴി തെറ്റാതിരിക്കാൻ

എന്തുകൊണ്ടില്ലായിരുന്നു എന്നതിന് വിശദീകരണം പറയുമെന്നു പ്രതീക്ഷിച്ചു. പക്ഷേ ലാറ പറഞ്ഞില്ല. ഡറാൺ ആണ് ചോദിച്ചത്

-നിങ്ങളുടെ മറ്റു സുഹൃത്തുക്കളെ കാണാറുണ്ടോ ടോർസ്റ്റിൽ, ബുഗ് നാൻഡ്?

ഡറാണിന്റെ വായിൽ നിന്ന് ഈ രണ്ടു പേരുകൾ കേട്ട് ലാറയുടെ മുഖത്ത് ആശ്ചര്യം. ആശ്ചര്യം മാത്രമല്ല, സംശയവും.

-നിന്റെയൊരു ഓർമ..... നിനക്കിവരെയൊക്കെ ഓർമയുണ്ടോ?

ഡറാൺ അയാളെ ഉറ്റുനോക്കുകയാണ്. ആ നോട്ടം ലാറയെ വിഷമിപ്പിച്ചെങ്കിലും മറുപടി നല്കി

-ഇല്ല...... അവരെയൊന്നും കാണാറേയില്ല.... വിചിത്രം തന്നെ. കുഞ്ഞുങ്ങൾക്ക് ഇത്രയും ഓർമ ശക്തിയോ? അതു പോട്ടെ. നീയെന്തു ചെയ്യുന്നു?

വാക്കുകളിലെ തീക്ഷ്ണത ഡറാണിനു അനുഭവപ്പെട്ടു. അതല്ലെങ്കിൽ തനിക്കു തെറ്റിയതാവാം. സാഹചര്യം അങ്ങനെയായതുകൊണ്ടാവാം ശിശിരകാലം രാത്രി പത്തു മണി, കഫേ അന്തരീക്ഷം, മാർട്ടിനി എല്ലാം ചേർന്നതു കൊണ്ടുള്ള ഫലമാകാം.

-ഞാനോ? ഞാനൊരു പുസ്തകമെഴുതാൻ ശ്രമിക്കുന്നു.

താനെന്തിനേ സത്യം തുറന്നുപറഞ്ഞത്?

-ആഹാ! മിനു ഡ്രൂയോടു അസൂയതോന്നിയ കാലത്തെന്ന പോലെ?

മിനു ഡ്രൂ? ഡറാൺ ആ പേരു മറന്നു പോയിരുന്നു. പക്ഷേ അതു ശരിയാണ്. വൃക്ഷം എന്റെ ചങ്ങാതി എന്ന കവിതാസംഗ്രഹം പ്രസിദ്ധീകരിച്ച സമപ്രായക്കാരിയുടെ പേര്.

-സാഹിത്യം വളരെ ബുദ്ധിമുട്ടുള്ളതാണ്, കേട്ടോ..... ഇതിനകം നിനക്കതു മനസ്സിലായിക്കാണുമെന്നു കരുതുന്നു.

ഒരു വിധിപ്രസ്താവമെന്ന മട്ടിലാണ് ലാറയതു പറഞ്ഞത്. ബാല്യകാലസ്മരണകൾ വെച്ചു നോക്കിയാൽ ലോറയൊരു ചപലനാണെന്ന് വിചാരിക്കാനേ വഴിയുള്ളൂ.

മാർബിൾ നെരിപ്പോടിൽ ചാരിനില്ക്കുന്ന ഒരു രൂപം. അമ്മയേയും ടോർസ്റ്റിലിനേയും, ഒരു വേള ബുഗ്നാൻഡിനേയുംപോലെ ലാറയും ക്രൈസലാഡിസ് ക്ലബ്ബിലെ അംഗമായിരുന്നോ എന്തോ.

ഡറാൺ ചോദിച്ചു.

-ഇത്രയും കാലം കഴിഞ്ഞ് പാരീസിലേക്ക് രണ്ടും കല്പിച്ചുള്ള വരവാണോ?

ലാറ ഔദ്ധത്യത്തോടെ ശരീരമൊന്നു കുടഞ്ഞു, ഡറാണിനെ തീക്ഷ്ണമായി നോക്കി. തന്നെ അവമാനിച്ചതുപോലെ.

-രണ്ടും കല്പിച്ചെന്നു പറഞ്ഞാൽ? മനസ്സിലായില്ല.

ഡറാണിനും മനസ്സിലായില്ല. വെറുതെ സംഭാഷണം നീട്ടിക്കൊണ്ടു പോകാൻ പറഞ്ഞെന്നേയുള്ളൂ. ഇയാളാണെങ്കിൽ ആകെ ചൂടായിരിക്കുന്നു. ശരി, സർ എന്നാൽപ്പിന്നെ എന്നും പറഞ്ഞ് എഴുന്നേറ്റുപോകാനാണ് തോന്നിയത്. എന്നിട്ട് ചില്ലുവാതിൽക്കൽ വെച്ച് പുഞ്ചിരിയോടെ കൈവീശി യാത്ര പറയാം. റെയിൽവേ സ്റ്റേഷനിലൊക്കെ ചെയ്യും പോലെ. പക്ഷേ ഡറാൺ സ്വയം നിയന്ത്രിച്ചു. ക്ഷമ വേണം. ഒരു വേള ലാറയ്ക്ക് ആനി അസ്ട്രാൻഡിനെക്കുറിച്ച് എന്തെങ്കിലുമൊക്കെ അറിയുമായിരിക്കും.

-നിങ്ങളെന്നോട് വായനയെപ്പറ്റി ചിലതു പറഞ്ഞതോർമയുണ്ടോ?

തന്റെ ശബ്ദത്തിൽ ഒരു വിറയൽ? ശരിയാണ് ഭൂതകാലത്തിൽ നിന്നുള്ള ഈ പ്രേതരൂപം കുട്ടിക്കാലത്ത് തനിക്കു വായിക്കാൻ പുസ്തകങ്ങൾ തന്നിട്ടുണ്ട്. ലാഫോണ്ടേൻ കഥകൾ പൂർണസംഗ്രഹം. ഇളം പച്ച കവറുള്ള ഹാഷെറ്റ് ക്ലാസിക്. പിന്നെയെപ്പോഴോ, മറ്റൊരു കാര്യവും പറഞ്ഞു. വലുതായശേഷം ഫാബ്രിസിയോ ലൂപോ വായിക്കുന്ന കാര്യം.

-സമ്മതിക്കണം നിന്റെയൊരു ഓർമശക്തി.

ശബ്ദം മയപ്പെട്ടിരിക്കുന്നു, ലാറയുടെ മുഖത്ത് പുഞ്ചിരിയുണ്ട്. പക്ഷേ ആ പുഞ്ചിരിയിൽ ഒരു പിരിമുറുക്കവുമുണ്ട്. ഡറാണിനുനേരെ ചാഞ്ഞ് ലാറ പറഞ്ഞു

-നിന്നോടു പറയാമല്ലോ.... ഇതു ഞാൻ പണ്ടു താമസിച്ച പാരീസാണെന്ന് തോന്നുന്നേയില്ല.... അഞ്ചുകൊല്ലമേ മാറി നിന്നിട്ടുള്ളു..... എന്നിട്ടും.... ഇന്നിത് ഏതോ അപരിചിതനഗരം പോലുണ്ട്.

കടിച്ചുപിടിച്ചാണ് സംസാരിക്കുന്നത്, വാക്കുകൾ ക്രമരഹിതമായി വീഴരുതെന്ന മട്ടിൽ. സംശയമില്ല. വളരെക്കാലമായി ആരോടെങ്കിലുമൊക്കെ സ്വാഭാവികമായി സംസാരിച്ചിട്ടെന്നതു വ്യക്തം.

-ഒരുത്തനും ഫോൺ എടുക്കാൻ കൂട്ടാക്കുന്നില്ല...... അവരൊക്കെ ജീവിച്ചിരിപ്പുണ്ടോ അതോ ചത്തുപോയോ ആവോ.... എന്നെ മറന്നു കാണും.... അതല്ലെങ്കിൽ വിളിക്കാൻ സമയമില്ലായിരിക്കാം.

പുഞ്ചിരി വിടർന്നു, വളരെ മൃദുവായ മുഖഭാവം. പറഞ്ഞുപോയ വാക്കുകളിലെ വിഷാദഭാവം അല്പമൊന്നു കുറക്കാനായിട്ടാവാം ആ പുഞ്ചിരി. ആ വിഷാദഭാവം വിജനമായ പരിസരവും അവിടത്തെ ഇരുണ്ട നിഴലുകളുമായി പൊരുത്തപ്പെട്ടു.

അത്രയും തുറന്നു സംസാരിച്ചതിൽ അയാൾക്കു ഖേദമുണ്ടെന്നു തോന്നി. നെഞ്ചു വിടർത്തി നിവർന്നുനിന്ന് ചില്ലുവാതിലൂടെ പുറത്തേക്കു

നോക്കി. മുഖത്തെ അയഞ്ഞ പേശികളും, വിഗ്ഗു പോലുള്ള നരച്ച മുടിച്ചുരുളുകളും; ലാറ എന്നാലും റോമൻ പ്രതിമ പോലത്തന്നെ. ഡറാണിന്റെ ഓർമയിൽ എന്നും നിലനില്ക്കുന്ന രൂപം. നേർക്കുനേർ നോക്കാതെ മുഖം ഒരു വശത്തേക്കു തിരിച്ചുപിടിച്ച് സംസാരിക്കുന്ന ആ പഴയ സ്വഭാവം വിട്ടിട്ടില്ല. ആകർഷകമായ പ്രൊഫൈൽ എന്നു പ്രശംസിച്ചവരൊക്കെ ഒരു വേള എന്നേ മണ്ണടിഞ്ഞു കാണും.

ഡറാൺ ആരാഞ്ഞു.

-ഇവിടെയടുത്താണോ താമസം?

ലാറയൊന്നു വളഞ്ഞു, മറുപടി പറയാനൊരു മടി.

-അധികം ദൂരെയൊന്നുമല്ല... ടേണിൽ.....

-അഡ്രസ്സു തരൂ

-അതു വേണോ?

-വേണം, എപ്പോഴെങ്കിലും വന്നു കാണാമല്ലോ.

കാര്യത്തിലേക്കു കടക്കാനുള്ള ശ്രമമായിരുന്നു. ആശങ്കയുണ്ട്. എന്നാലും. ഒന്നു ചുമച്ച് ചോദിച്ചു

-ഒരു കാര്യം അറിയണമായിരുന്നു.

തന്റെ ശബ്ദം ഇടറിയോ? ലാറയുടെ മുഖത്ത് ചോദ്യചിഹ്നം

-നിങ്ങൾക്ക് ഒരു വേള അറിയുമായിരിക്കും.... ആനി അസ്ട്രാൻഡ്.....

ഫോണിലൂടെ പറയുമ്പോലെ ഓരോ അക്ഷരവും ഉറപ്പിച്ചാണ് പേരു പറഞ്ഞത്. ഇടർച്ച കാരണം ശബ്ദം അടഞ്ഞുപോകുമ്പോൾ അമർത്തിയമർത്തിപ്പറയുമ്പോലെ

-എന്താ, എന്താ പേരു പറഞ്ഞത്?

-ആനി അസ്ട്രാൻഡ്

ഇത്തവണ ഏതാണ്ട് ഉറക്കെ വിളിച്ചു കൂവിയോ, സഹായം അഭ്യർത്ഥിക്കുംപോലെ?

-ഞാൻ കുറെക്കാലം പാരീസിനു പുറത്ത് സാലുലാഫോറേ ഗ്രാമത്തിലെ ഒരു വീട്ടിൽ താമസിച്ചിട്ടുണ്ട്.....

പരിസര നിശബ്ദതയിൽ അയാളുടെ ശബ്ദം മണിയടിയൊച്ച പോലെ സുവ്യക്തം. പക്ഷേ അതു കൊണ്ടൊന്നും പ്രയോജനമുണ്ടായില്ലെന്നു വരാം.

-ഉവ്വ്..... എനിക്കറിയാം. നിന്റെ അമ്മയുടെ കൂടെ നിന്നെ കാണാൻ ഞാനൊരിക്കൽ അവിടെ വന്നിട്ടുണ്ട്.

ലാറ കൂടുതലൊന്നും പറയാൻ കൂട്ടാക്കാതെ. മൗനം പാലിച്ചു. പണ്ടുപണ്ടെന്നോ നടന്നവ. അവക്കൊന്നും തന്നെ സംബന്ധിച്ചേടത്തോളം

ഇന്നൊരു പ്രസക്തിയുമില്ല. നേരിട്ടുള്ള ചോദ്യങ്ങൾക്ക് നേരിട്ടു മറുപടി കിട്ടുമെന്ന പ്രതീക്ഷയേ വേണ്ട. പക്ഷേ ലാറ ഇത്രയും കൂടി കൂട്ടിച്ചേർത്തു

-അവൾ വളരെ ചെറുപ്പമായിരുന്നു........ കാബറേ ഡാൻസറായിരുന്നെന്നു തോന്നുന്നു... ബുഗ്നാൻഡും ടോർസ്റ്റിലുമായിട്ടായിരുന്നു കൂടുതൽ പരിചയം.. നിന്റെ അമ്മയുമായും.... അവൾ ജയിലിലായിരുന്നെന്നു തോന്നുന്നു..... അവളെക്കുറിച്ച് എന്താ ഇത്ര താത്പര്യം?

-അത്യാവശ്യമുണ്ട്.

-ഓ!.. അങ്ങനെയെങ്കിലങ്ങനെ. ഇതിൽ കൂടുതലൊന്നും എനിക്കറിയില്ല. ക്ഷമിക്കണം... നിന്റെ അമ്മയും ബുഗ്നാൻഡും ഏതാണ്ടൊക്കെ പറഞ്ഞത് കേട്ടെന്നു മാത്രം.

അനുഭവസമ്പന്നന്റെ സ്വരം. ഡറാണിനു തോന്നി ഇതൊരു തരം അഭിനയമാണെന്ന്. ലാറ ആരെയോ അനുകരിക്കുകയാണ്. കണ്ണാടിക്കു മുന്നിൽ നിന്നുകൊണ്ട് അംഗവിക്ഷേപങ്ങളും ശബ്ദക്രമീകരണങ്ങളുമടക്കം ആവർത്തിച്ചാവർത്തിച്ചു ചൊല്ലി പരിശീലിച്ചു സ്വായത്തമാക്കിയ അഭിനയശൈലി.

-എനിക്ക് ഒരൊറ്റക്കാര്യമേ അറിയൂ. അവൾ ജയിലിലായിരുന്നു... അതിലപ്പുറം അവളെക്കുറിച്ച് എനിക്കൊന്നുമറിയില്ല.

കഫേയിലെ നിയോൺ വിളക്കുകൾ അണഞ്ഞിരിക്കുന്നു, അതായത് കഫേ അടയ്ക്കാറായെന്ന് സൂചന. ലാറ ഇരുട്ടത്ത് മൗനം പാലിച്ചു. ഡറാണിന്റെ മനസ്സിലേക്കോടിയെത്തിയത് അന്നാളൊരു ദിവസം മഴയിൽ നിന്നു രക്ഷ തേടി മോൺപാർണാ തിയേറ്ററിൽ അഭയം പ്രാപിച്ചതാണ്. തിയേറ്ററിൽ ചൂടു പകരാനുള്ള സംവിധാനങ്ങളുണ്ടായിരുന്നില്ല. അതുകൊണ്ട് കാണികളാരും കോട്ട് അഴിച്ചിരുന്നില്ല. സിനിമ കാണാനിരിക്കുമ്പോൾ ഡറാൺ പലപ്പോഴും കണ്ണുകളടക്കും. സിനിമയിലെ സംഭാഷണവും സംഗീതവും മതി മനസ്സിനകത്ത് ഒരായിരം പ്രതിഫലനങ്ങളും പ്രതിബിംബങ്ങളും സംജാതമാക്കാൻ. അന്നു രാത്രി കണ്ട സിനിമയിലെ ഒരു വാചകം ഇന്നും അയാളുടെ മനസ്സിലുണ്ട്. സിനിമ തീർന്ന് വിളക്കുകൾ പ്രകാശിക്കുന്നതിന് തൊട്ടു മുമ്പു പറഞ്ഞ ഒരു വാചകം-

നിന്നിലേക്കെത്താൻ എന്തൊരു വിചിത്രമായ വഴിയാണ് എനിക്കു തേടേണ്ടി വന്നത്.....

ആരോ അയാളുടെ ചുമലിൽ പതുക്കെ തട്ടി

-കഫേ അടയ്ക്കുകയാണ്. നിങ്ങൾക്കു പോകാൻ സമയമായി.

അവർ റോഡു മുറിച്ചു കടന്ന് അടുത്തുള്ള ഉദ്യാനത്തിലൂടെ നടന്നു. ലാറയോടു വിട പറയാൻ ഡറാണിന് വൈമനസ്യം. പെട്ടന്നൊരു ചിന്ത മനസ്സിലൂടെ കടന്നു പോയതുപോലെ ലാറ പറഞ്ഞു

ഈ ചുറ്റുവട്ടത്ത്
നിനക്ക് വഴി തെറ്റാതിരിക്കാൻ

-അവളെ എന്തിനാണ് ജയിലിലടച്ചതെന്നും എനിക്കറിയില്ല.

ലാറ കൈ നീട്ടി വിട പറഞ്ഞു.

-ഉടനെ കാണാം, അതല്ലെങ്കിൽ ഇനിയും പത്തു പതിനഞ്ചു കൊല്ലം കഴിഞ്ഞ്..

കനം കുറഞ്ഞ ജാക്കറ്റു ധരിച്ച് ലാറ നടന്നു നീങ്ങുന്നു. അതും നോക്കി എന്തു പറയണമെന്നറിയാതെ ഡറാൺ നടപ്പാതയിൽത്തന്നെ കുറെനേരം നിന്നു. പിന്നീട് മരങ്ങൾക്കിടയിലൂടെ നടന്നു. മാറിണി അവന്യുവിലേക്കു മുറിച്ചു കടക്കുമ്പോൾ പുറകിൽ നിന്ന് കാറ്റ് അതിശക്തമായി വീശിയടിച്ചു. കരിയിലക്കൂട്ടം കാറ്റിൽ പറന്നുയർന്ന് അയാളെ പൊതിഞ്ഞു. കാലിടറി, സമനില തെറ്റി, അയാൾ വീണുപോകുമായിരുന്നു.

വീട്ടിൽ തിരിച്ചെത്തിയശേഷം ഫോണിലെ ആൻസറിംഗ് മെഷിനിലിൽ ഷീൽ ഒട്ടൊലിലിയുടേയോ ഷാന്റാൽ ഗ്രിപ്പേയുടേയോ എന്തെങ്കിലും സന്ദേശങ്ങളുണ്ടോ എന്നു പരിശോധിച്ചു. ഒന്നുമില്ല. സ്വർണപ്പക്ഷികൾ തുന്നിപ്പിടിപ്പിച്ച കറുത്ത സാറ്റിനുടുപ്പ് സോഫയിൽത്തന്നെയുണ്ട്. 'രേഖ കൾ' അടങ്ങിയ ഓറഞ്ചു കവർ മേശപ്പുറത്ത് വെച്ചിരുന്നയിടത്തു തന്നെ. അയാൾ കവറിൽ നിന്ന് താളുകൾ പുറത്തേക്കെടുത്തു.

ആദ്യ വായനയിൽ ആനീ അസ്ട്രാൻഡിനെപ്പറ്റി ഈ താളുകളിൽ ഒന്നും കാണാനായില്ല. സാലുലാഫോറെയിലെ വീടിന്റെ അഡ്രസ്സുണ്ട്. 15, എർമിറ്റാഷ് സ്ട്രീറ്റ്. ആ വീട് പൊലീസു പരിശോധിച്ചു എന്നും എഴുതിച്ചേർത്തിട്ടുണ്ട്. ആനി തന്നെയും കൂട്ടി ഫോട്ടോ എടുക്കാൻ ചെന്ന അതേ വർഷത്തിലാണ് സാലുലാഫോറേ ഭവനത്തിൽ പൊലീസു പരിശോധന നടന്നതും വെന്റിമിഗ്ലിയാ അതിർത്തിയിൽ വെച്ച് അവളെ തടയാനുള്ള ഉത്തരവുണ്ടായതും. അവളുടെ സഹോദ രൻ പിയർ (അഡ്രസ്6, ലാഫെറിയാ റോഡ്, പാരിസ് വാർഡ് 9) റോജർ വിൻസന്റ്(അഡ്രസ്12, നിക്കളസ്ഷൂക്കെ റോഡ് പാരിസ്, വാർഡ് 17) എന്നിവരെപ്പറ്റിയും പരാമർശങ്ങളുണ്ട്. റോജർ വിൻസന്റ് അവളുടെ 'രക്ഷകനാണോ' എന്ന് പലരും സംശയിച്ചതായും പറയപ്പെടുന്നു.

സാലുലാഫോറേയിലെ വീട് റോജർ വിൻസന്റിന്റേതായിരുന്നുവത്രെ. മറ്റൊരു പഴയ പൊലീസ് റിപ്പോർട്ടിന്റെ പകർപ്പും ഉണ്ട്. നമ്പർ 46 നോത്ര് ദാംദു ലോറെറ്റ് റോഡിൽ താമസിക്കുന്ന ആനി അസ്ട്രാൻഡിനെ കേന്ദ്രീ കരിച്ചുള്ള കുറ്റാന്വേഷണ റിപ്പോർട്ടാണത്. ലെറ്റാൽ ദുക്ലീബർ എന്ന കുപ്രസിദ്ധ വേശ്യാലയത്തേയും പരാമർശിച്ചിട്ടുണ്ട്. പക്ഷേ ഇതെല്ലാം ആകപ്പാടെ കുഴഞ്ഞു മറിഞ്ഞാണ് കിടക്കുന്നത്. ആരോ (ഒട്ടൊലിനി യാവാം) പഴയ രേഖകൾ പകർത്തിയെഴുതുമ്പോൾ പല വാക്കുകളും വാചകങ്ങളും വിട്ടുപോയതു പോലുണ്ട്, പരസ്പരബന്ധമില്ലാത്ത വാചക ങ്ങൾ, പ്രസ്താവനകൾ.

അതിസാന്ദ്രമായ ഈ കുഴമ്പിനകത്തേക്ക് കൂപ്പുകുത്തിയിട്ട് വല്ല പ്രയോജനവുമുണ്ടോ? വായിക്കുന്തോറും മുമ്പ് ആദ്യമായി വായിച്ചപ്പോഴു ണ്ടായ അതേ മനഃസ്ഥിതി. അർദ്ധമയക്കത്തിൽ കേൾക്കുന്ന വാക്കുകളും ശൈലികളും. ഉണർന്നെണീറ്റശേഷം ഓർമിച്ചെടുക്കാൻ ശ്രമിക്കുമ്പോൾ

ഈ ചുറ്റുവട്ടത്ത്
നിനക്ക് വഴി തെറ്റാതിരിക്കാൻ

അവയ്ക്കൊന്നും ഒരർത്ഥവുമില്ലെന്നു വരും. ഈ ചൊരി മണൽച്ചുഴിയിൽ പിടിച്ചുനില്ക്കാനായി മൂന്ന് കൃത്യമായ അഡ്രസ്സുകളാണ് ഉള്ളത്. 15 എർമിറ്റാഷ് റോഡ്, 12 നിക്കോളാസ്ഷൂക്കേ റോഡ്, 46 നോത്ര്ദാം ദുലോറെറ്റ് റോഡ്.

അടുത്ത ഏതെങ്കിലുമൊരു ദിവസം താനിതൊക്കെയെങ്ങു വലിച്ചു കീറിക്കളയും. അതുറപ്പാണ്. പക്ഷേ അതുവരെ ഇതൊക്ക ഇവിടിരിക്കട്ടെ, ഈ മേശപ്പുറത്ത്. അവസാനമായൊന്നു വായിച്ചുനോക്കിയാൽ ഒരു വേള ഒരു തുമ്പ്, ആനി അസ്ട്രാൻഡിലേക്കു നീളുന്ന നിഗൂഢമായ ഒരു തുമ്പ് കിട്ടിയെന്നു വരും.

ആ കവറു കണ്ടെടുക്കണം. ആനി ഫോട്ടോകൾ അയച്ചു തന്ന കവർ. അന്ന് അതു കിട്ടിയ ദിവസം അയാൾ ഫോൺ ഡയറക്റ്ററിയിലെ പേജുകൾ തപ്പിയിരുന്നു, 18 ആൽഫ്രഡ്ഡൂഡാൻക് റോഡിൽ ആനി അസ്ട്രാൻഡ് എന്നൊരു താമസക്കാരിയില്ല. ഫോൺ നമ്പർ കവറിൽ എഴുതിയിട്ടുമില്ല. എഴുതിച്ചോദിച്ചാലോ? പക്ഷേ ഉത്തരം കിട്ടുമെന്നെന്താണ് ഉറപ്പ്?

ഇന്ന് ഈ രാത്രിയിൽ അതൊക്കെ എത്രയോ കാലം മുമ്പാണെന്നു തോന്നിപ്പോകുന്നു. പതിറ്റാണ്ടുകളെത്ര കഴിഞ്ഞു! നൂറ്റാണ്ടുതന്നെ മാറിപ്പോയി. എന്നാലും ഏതെങ്കിലും വഴിത്തിരുവിൽവെച്ച് ക്ഷണനേരത്തേക്കു കാണുന്ന ഒരു മുഖം, ചെവിയിൽ വീഴുന്ന ഏതോ സംഭാഷണ ശകലം ഒരു വാക്ക്, ഏതോ സംഗീതവീചി മതി, അത്രയും മതി, ആനി അസ്ട്രാൻഡ് വീണ്ടും അയാളുടെ സ്മരണയിലേക്ക് തിരിച്ചെത്താൻ. പക്ഷേ ഈയിടെയായി അതും വിരളമായേ സംഭവിക്കുന്നുള്ളൂ. പൊലിഞ്ഞു പോകാറായ അടയാളവിളക്കു പോലെ.

അന്ന് അവൾക്കൊരു എഴുത്തോ കമ്പിയോ അയക്കാൻ അയാൾ മടിച്ചു. ടെലഗ്രാം നിലവിലുണ്ടായിരുന്ന കാലമായിരുന്നു. 18, ആൽഫ്രഡ്ഡുഡാൻക് സ്ട്രീറ്റിലേക്കൊരു കമ്പി. ദയവു ചെയ്ത് ഫോൺ നമ്പർ അയച്ചു തരൂ. ഷോൺ എന്നൊരു കമ്പിയടിച്ചാൽ മതിയായിരുന്നു. പക്ഷേ സ്വയം അങ്ങോട്ടു ചെന്ന് അവളെ കാണാനാണ് അയാൾ തീരുമാനിച്ചത്. അപ്രതീക്ഷിതമായ സന്ദർശനങ്ങൾ ഇഷ്ടപ്പെടാത്ത, നടുവഴിയിൽ പൊടുന്നനെ തന്നെ സമീപിക്കുന്ന അപരിചിതരെ, മുരട്ടു സ്വഭാവക്കാരെ ഇഷ്ടപ്പെടാത്ത അയാൾ.

ശിശിരകാലം. അന്ന് ഓൾ സെയിന്റ്സ് ഡേ ആയിരുന്നു. ഉച്ചതിരിഞ്ഞും വെയിലുണ്ടായിരുന്നു. ജീവിതത്തിലാദ്യമായി പുണ്യവാളന്മാരുടെ ദിനം അന്ന് മനസ്സിൽ വിഷാദമുണർത്തിയില്ല. ബ്ലോഷിൽനിന്ന് മെട്രോ പിടിച്ച്, ലെറ്റ്വായിലിലും ട്രോകഡെറോയിലുംവെച്ച് രണ്ടു തവണ മാറിക്കേറണം. ഞായറാഴ്ചകളിലും ഒഴിവുദിവസങ്ങളിലും ട്രെയിനുകൾ കുറവാണ്. ഒരുപാടു നേരം കാത്തു നില്ക്കണം. പക്ഷേ ആനി അസ്ട്രാൻഡിനെ ഒഴിവുദിവസങ്ങളിലല്ലാതെ കാണാനാവില്ലെന്ന് അയാൾക്കുറപ്പുണ്ടായിരുന്നു. അയാൾ കണക്കു കൂട്ടി എത്ര വർഷങ്ങൾ കഴിഞ്ഞാണ് ഈ കൂടിക്കാഴ്ച? സ്റ്റുഡിയോയിലേക്കു പോയ അന്നു മുതൽ പതിനഞ്ചു വർഷങ്ങൾ. ഒരിക്കൽ അവരിരുവരും കൂടി ഗാരെദുലിയോങ് സ്റ്റേഷനിലേക്കു പോയതോർമയുണ്ട്. വേനലവധി തുടങ്ങുന്ന ദിവസം. ട്രെയിനിലും സ്റ്റേഷനിലും അന്നെന്തൊരു തിരക്കായിരുന്നു.

ട്രോകാഡോയിൽ ട്രെയിനിനുവേണ്ടി കാത്തുനില്ക്കെ വല്ലാത്തൊരു ശങ്ക അയാളെ പിടികൂടി. പതിനഞ്ചു വർഷം കഴിഞ്ഞ് ആനിക്ക് തന്നെ കണ്ടാൽ മനസ്സിലാവുമോ?

ആൽഫ്രഡ്ഡുഡാൻക് റോഡ് ഒരടഞ്ഞ പാതയാണ്. അതിനപ്പുറം റാനെലാ ഉദ്യാനവനം. റോഡിൽ ഒരൊറ്റ കാറു പോലും ഇല്ല. നടപ്പാതയും വിജനം. തികഞ്ഞ നിശബ്ദത. ഈ ചുറ്റുവട്ടത്ത് ആരും താമസമില്ലെന്നു വരുമോ? ആ റോഡിലെ ഏറ്റവും അവസാനത്തെ വീടാണ് നമ്പർ 18. ഉദ്യാനത്തിലേക്കുള്ള ഗേറ്റിനു തൊട്ടടുത്ത്. വെള്ള പൂശിയ വലിയ മാളികക്കെട്ടിടം. മുൻവശത്തെ വാതിലിൽ 18 എന്ന നമ്പറിനടുത്ത് പേരുണ്ട് വിൻസെന്റ്. തൊട്ടുത്ത് ഇന്റർകോം ബട്ടണും.

റോഡു പോലെ വീടും വിജനമാണെന്നു തോന്നി. അയാൾ ഇന്റർകോം ബട്ടൺ അമർത്തി. ഇലകളുടെ മർമരം പോലുള്ള ശബ്ദം ഉയർന്നു. അയാൾ രണ്ടു തവണ വ്യക്തമായി പറഞ്ഞു. ഷോൺ ഡറാൺ. ഒരു സ്ത്രീയുടെ ശ്വാസമടക്കിപ്പിടിച്ച ശബ്ദം.

ഒന്നാം നിലയിലേക്ക് കയറി വരൂ

ചില്ലുവാതിൽ വളരെ പതുക്കെ തുറന്നു. വെള്ള പൂശിയ തളത്തിലാണ് താൻ നില്ക്കുന്നതെന്ന് അയാൾ കണ്ടു. ലിഫ്റ്റിൽ കയറാതെ

കോണിപ്പടികളിലൂടെ മുകളിലേക്കു കയറി. വാതിലല്പം തുറന്നു പിടിച്ച് മുഖം പാതി മറച്ച് അവൾ നില്പുണ്ടായിരുന്നു. പിന്നെ വാതിലു മലർക്കെ തുറന്ന് അയാളെ ഉറ്റുനോക്കി, തിരിച്ചറിയാൻ പാടുപെടും പോലെ.

-വരൂ, ഷോൺ, എന്റെ കൊച്ചു ഷോൺ

അല്പം ആശങ്ക നിറഞ്ഞ സ്വരം. പക്ഷേ പതിനഞ്ചു വർഷങ്ങൾക്കു മുമ്പുള്ള അതേ ഇടറിയ സ്വരം. മുഖത്തിന് ഒരു മാറ്റവുമില്ല. മുടിയല്പം കുറഞ്ഞിരിക്കുന്നു. തോളുവരെയേ ഉള്ളൂ. ഇപ്പോഴെന്തു പ്രായം കാണും? മുപ്പത്തിയാറ്? തളത്തിലെത്തിയിട്ടും അവൾ അയാളെത്തന്നെ വിസ്മയത്തോടെ ഉറ്റു നോക്കുകയായിരുന്നു. എന്തെങ്കിലും പറയണമല്ലോ.

ബട്ടൺ അമർത്തണോ എന്നെനിക്ക് ഉറപ്പില്ലായിരുന്നു. വിൻസെന്റ് എന്ന പേരാണ് കണ്ടത്.

-എന്റെ പേര് ഇപ്പോഴതാണ് ആഗ്നസ് വിൻസെന്റ്. ഞാനെന്റെ പേരു മാറ്റി.

അവൾ അയാളെ അടുത്ത മുറിയിലേക്കു കൊണ്ടുപോയി. സ്വീകരണമുറി. പക്ഷേ ഒരു സോഫയും തൂൺ വിളക്കും മാത്രമേ അവിടെ ഉണ്ടായിരുന്നുള്ളൂ. വലിയൊരു ജാലകം. അതിലൂടെ പുറത്തെ മരങ്ങൾ കാണാം. ഇലകൾ മുഴുവനായും പൊഴിച്ചിട്ടില്ലാത്ത വൃക്ഷങ്ങൾ. സന്ധ്യ മയങ്ങിയിട്ടില്ല. വെയിൽക്കീറുകൾ ചുമരിലും തറയിലും ഇളകിയാടുന്നു.

-ഇരിക്കൂ കൊച്ചു ഷോൺ.

അവൾ സോഫയുടെ മറ്റേയറ്റത്തിരുന്നു, അയാളെ നന്നായി കാണാനാവുംവിധം.

-നിനക്ക് ഓർമയുണ്ടോ റോജർ വിൻസെന്റിനെ?

പേരു കേൾക്കേണ്ട താമസം അയാക്കോർമ വന്നത് സാലൂലാഫോറെയിലെ വീടിനു മുന്നിൽ കിടക്കുമായിരുന്ന അമേരിക്കൻ ജീപ്പാണ്. കൺവെർട്ടിബിൾ. അതിനടുത്ത് നില്ക്കുന്ന നല്ല പൊക്കമുള്ള ഒരു വ്യക്തി. ശരീരപ്രകൃതിയും സംഭാഷണരീതിയും കൊണ്ട് അവനൂഹിച്ചതാണ് അമേരിക്കനാവുമെന്ന്.

-ഞങ്ങളുടെ കല്യാണം കഴിഞ്ഞു, ഏതാനും കൊല്ലങ്ങൾക്കു മുമ്പ്...

അല്പം പരുങ്ങലോടേയാണ് അവളതു പറഞ്ഞത്. കല്യാണം കഴിച്ചതിന് ക്ഷമ ചോദിക്കയാണോ?

-ഈയിടേയായി റോജർ വിൻസെന്റ് പാരീസിൽ വിരളമായേ വരാറുള്ളൂ.... നിന്നെ കണ്ടാൽ സന്തോഷമാവും..... ഇന്നാളു വിളിച്ചപ്പോൾ ഞാൻ പറഞ്ഞിരുന്നു, നീ നോവലെഴുതിയ കാര്യം......

പണ്ടെന്നോ ഒരുച്ചനേരത്ത് സ്കൂളിൽ നിന്ന് തന്നെ കൂട്ടിക്കൊണ്ടു പോകാൻ റോജർ വിൻസെന്റ് വന്നിരുന്നു. അമേരിക്കൻ ജീപ്പിലാണ് വന്നത്. എർമിറ്റാഷ് സ്ട്രീറ്റിലൂടെ വാഹനം ഒഴുകി നീങ്ങി, എഞ്ചിന്റെ ശബ്ദം പോലും കേൾപ്പിക്കാതെ.

-ഞാൻ നിന്റെ നോവൽ മുഴുവനൊന്നും വായിച്ചിട്ടില്ല...... ഫോട്ടോ സ്റ്റുഡിയോയെപ്പറ്റി എഴുതിയ പേജിലേക്കാണ് ആദ്യമേ ചാടി വീണത്.... നിനക്കറിയാമല്ലോ എനിക്ക് നോവലു വായിക്കുന്ന പതിവില്ല.

വീണ്ടും മുമ്പത്തെപ്പോലെ, റോജർ വിൻസന്റുമായുള്ള വിവാഹത്തെക്കുറിച്ചു പറഞ്ഞപ്പോൾ എന്നപോലെ ക്ഷമാപണസ്വരം. നോവലിന്റെ കാര്യം. ഓ! അതു സാരമില്ല. നോവൽ മുഴുവനായും വായിക്കേണ്ട കാര്യമേയില്ല. അവർക്കിരുവർക്കും ഇങ്ങനെ അടുത്തടുത്ത് സോഫയിലിരിക്കാനിട വന്നല്ലോ. അതു മതി.

-നിന്റെ അഡ്രസ്സ് എങ്ങനെയാണ് കിട്ടിയതെന്നറിയണ്ടേ.....? കഴിഞ്ഞ വർഷമെപ്പഴോ നിന്നോടൊത്തു യാത്ര ചെയ്ത ഒരാളെ ഞാൻ കണ്ടുമുട്ടി.....

അവൾ പേര് ഓർമിച്ചെടുക്കാൻ പാടുപെടുകയാണ്. ഡറാണിനു മനസ്സിലായി ആരേയാണ് ഉദ്ദേശിക്കുന്നതെന്ന്.

-ടോർസ്റ്റിൽ?

-അതെയതെ, അയാൾ തന്നെ ടോർസ്റ്റിൽ.

നിനച്ചിരിക്കാത്ത അവസരങ്ങളിൽ ക്ഷണനേരത്തേക്കു മാത്രം കണ്ടുമുട്ടുന്ന, പിന്നീടൊരിക്കലും കാണാനിടയില്ലാത്ത വ്യക്തികൾ! അവർ എത്ര സുപ്രധാനമായ അണിയറനീക്കങ്ങളാണ് നമ്മുടെ ജീവിതത്തിൽ ചെയ്തു തരുന്നത്. ടോർസ്റ്റിൽ! ഈ വ്യക്തി കാരണമാണ് തനിക്ക് ആനിയിലേക്കെത്താൻ കഴിഞ്ഞത്..... ടോർസ്റ്റിലിനോട് മനസ്സാ നന്ദി പറയേണ്ടിയിരിക്കുന്നു.

-എനിക്ക് അയാളെ ഓർമയേ ഇല്ലായിരുന്നു..... ഇവിടെയടുത്തെങ്ങാനുമാവണം താമസം..... ഒരിക്കൽ റോഡിൽ വെച്ചു എന്നെ സമീപിച്ചു.... സാലൂലാഫോറേയിലെ വീട്ടിൽ വന്നിട്ടുണ്ടെന്നു പറഞ്ഞു.... പത്തു പതിനഞ്ചു കൊല്ലം മുമ്പാണത്രെ.....

അന്ന് ട്രെംബ്ലേ മൈതാനത്തു വെച്ച് തന്നെ കണ്ടപ്പോൾ ടോർസ്റ്റിലിന് ഇക്കാര്യം തീർച്ചയായും ഓർമ വന്നുകാണും. സാലുലാഫോറേയിലെ വീടിനെക്കുറിച്ചാണ് ടോർസ്റ്റിൽ സൂചിപ്പിച്ചത്. താനാണെങ്കിലോ വളരെ അലസഭാവത്തിൽ തനിക്കൊന്നും ഓർമയില്ലെന്നു പറഞ്ഞു. ആ കുട്ടി നീയായിരിക്കണം എന്നു ടോർസ്റ്റിൽ പറഞ്ഞപ്പോഴും പ്രതികരിക്കാനുള്ള മനഃസ്ഥിതിയില്ലായിരുന്നു. കുറെയേറെ വർഷങ്ങളായി ആനിയേയോ സാലുലാഫോറേയിലെ വീടിനേയോ കുറിച്ച് അയാൾ

നിനക്ക് വഴി തെറ്റാതിരിക്കാൻ

ഓർക്കാറേയില്ലായിരുന്നു. പക്ഷേ ടോർസ്റ്റിലുമായുള്ള കൂടിക്കാഴ്ച ഉറങ്ങിക്കിടന്ന പഴയ സ്മരണകളെ തൊട്ടുണർത്തി. എന്തുകൊണ്ടാണെന്ന് വ്യക്തമായ ബോധമില്ലായിരുന്നെങ്കിലും ആ സ്മരണകൾ ഒരിക്കലും ഉണരരുതെന്ന് തനിക്ക് നിർബന്ധമുണ്ടായിരുന്നു, അതിനായി താനെല്ലാ മുൻകരുതലുകളുമെടുത്തിരുന്നു. എല്ലാം വെറുതെയായി. സ്മരണകൾക്ക് വല്ലാത്ത പിടിവാശിയാണ്. അന്നു വൈകിട്ടാണ് അയാൾ നോവലെഴുതാൻ തുടങ്ങിയത്.

-നിന്നെ പന്തയസ്ഥലത്തു വെച്ചാണ് കണ്ടതെന്നു പറഞ്ഞു, നിനക്കാ സുഖക്കേടില്ലെന്നു കരുതട്ടെ?

തമാശ പറയുമ്പോലെ അവൾ ചിരിച്ചു.

-ഹേയ് ഇല്ലേയില്ല.

താൻ ചൂതാട്ടത്തിനോ? കാസിനോകളിൽ കൂട്ടം കൂടിയിരുന്ന്, പിരിമുറുക്കം കൊണ്ട് നിശ്ചലരും നിശബ്ദരുമായി തലപുകക്കുന്നുവരെ അയാൾക്കു മനസ്സിലാക്കാനാവുന്നില്ല. പോൾ മാർട്ടിങ്ഗേൽ കളിയെപ്പറ്റി വിസ്തരിക്കുമ്പോഴൊക്കെ അയാൾക്കു തരിമ്പും ശ്രദ്ധിക്കാൻ കഴിയുമായിരുന്നില്ല.

-ഷോൺ! നിനക്കറിയാമോ അതൊന്നും നല്ല ഏർപ്പാടുകളല്ല. അതിന്റെ പിറകെ പോയവരൊക്കെ നശിച്ചിട്ടേയുള്ളു

ഒരുവേള ആനിക്ക് ഇതേപ്പറ്റി കൂടുതൽ അറിവുണ്ടായിരിക്കണം. പലപ്പോഴും സാലൂലാഫോറേയിലെ വീട്ടിലേക്ക് ആനി രാത്രി വളരെ വൈകിയേ തിരിച്ചു വരുമായിരുന്നുള്ളു. അവൾ തിരിച്ചെത്തും വരെ ഷോൺ ഉറക്കം വരാതെ കിടന്നു പിടയ്ക്കും. വീട്ടുമുറ്റത്തെ ചരൽക്കല്ലുകളിൽ കാറിന്റെ ടയറുകൾ ഉരയുന്ന, എഞ്ചിൻ ഓഫാക്കുന്ന ശബ്ദങ്ങൾ കേൾക്കാനാകുമ്പോൾ, എന്തൊരാശ്വാസം. പിന്നെ തളത്തിലൂടെ അടുത്തെത്തുന്ന കാലടി ശബ്ദം.....പുലർച്ചെ രണ്ടു മണിവരെ അവൾ പാരീസ് നഗരത്തിൽ എന്തെടുക്കുകയായിരുന്നു? അവളും ഈ കളികളിൽ പങ്കു ചേർന്നിരുന്നുവോ? അതൊക്കെക്കഴിഞ്ഞ് കൊല്ലങ്ങളെത്ര കഴിഞ്ഞു. അവനിന്ന് ചെറിയ കുട്ടിയൊന്നുമല്ല. ചോദിക്കണമെന്നുണ്ടായിരുന്നു, പക്ഷേ....

-ടോർസ്റ്റിൽ ശരിക്കും ആരായിരുന്നു....? പാലേ റോയാലിൽ ഒരു ആർട്ട് ഗാലറിയോ മറ്റോ ഉണ്ടെന്നു തോന്നുന്നു....

എന്തു പറയണമെന്നറിയാതെ അവൾ മൗനം പാലിക്കയാണ്. അരുത് അവളെ ധർമസങ്കടത്തിലാഴ്ത്തരുത്. ഇരുവർക്കുമിടയിൽ ഒരു കരിനിഴൽ വീണു കിടപ്പുണ്ടെന്നും, അതേക്കുറിച്ച് സംസാരിക്കാനാവില്ലെന്നും ഒരു വേള തന്നെപ്പോലെ അവൾക്കും തോന്നിയിരിക്കണം

-അപ്പോ നീയൊരു എഴുത്തുകാരനാണ്?

അവളുടെ മുഖത്തു ചിരി. അതിൽ വ്യംഗതയുണ്ടെന്നു തോന്നി. അവളോടു സത്യം തുറന്നു പറഞ്ഞാലെന്ത്? ഭാഗ്യമുണ്ടെങ്കിൽ നോവൽ അവളുടെ ശ്രദ്ധയാകർഷിക്കുമെന്നും അവൾ പ്രതികരിക്കുമെന്നുമുള്ള തന്റെ പ്രത്യാശ. അതായിരുന്നു സത്യം. വേറൊന്നുമില്ല.

പകലവസാനിക്കാറായി. എന്നിട്ടും അവൾ വിളക്ക് തെളിയിക്കുന്നില്ല.

-ഇതിനെത്രയോ മുമ്പ്തന്നെ നീയുമായി ബന്ധപ്പെടേണ്ടതായിരുന്നു. പക്ഷേ എന്തു ചെയ്യാം, അന്നൊക്കെ വല്ലാത്ത തിരക്കായിരുന്നു....

ഭൂതകാലത്തെക്കുറിച്ചാണ് പറഞ്ഞത്, ആ ജീവിതമേ കഴിഞ്ഞ മട്ട്.

-നീയെഴുത്തുകാരനായതിൽ എനിക്ക് ഒരദ്ഭുതവും തോന്നുന്നില്ല. സാലൂലാഫോറേയിലെ വീട്ടിലായിരുന്നപ്പോൾ നീ ഒരു പാട് വായിക്കുമായിരുന്നു......

അവൾ സ്വന്തം ജീവിതത്തെക്കുറിച്ചു ഫറഞ്ഞിരുന്നെങ്കിൽ എന്ന് ഡറാൺ ആശിച്ചു. പക്ഷേ അവളതിനു മുതിരുന്നില്ല. സോഫയിലിരിക്കുന്ന അവളുടെ മുഖത്തിന്റെ. ഒരു വശം മാത്രമേ കാണാനുള്ളു. ഇത്രയേറെ വർഷങ്ങൾ കഴിഞ്ഞിട്ടും പഴക്കം തട്ടാത്ത ഒരു ചിത്രം അയാളുടെ മനസ്സിലേക്ക് ഓടിയെത്തി. ഒരു മധ്യാഹ്നം. സാലുലാഫോറെ വീടിനു മുന്നിൽ പാർക്കു ചെയ്തിട്ടിരിക്കുന്ന കാറ്. അകത്ത് ആനി ഡ്രൈവർ സീറ്റിൽ, ഇതേ വിധം. തൊട്ടടുത്ത് ഒരു കുട്ടി... നനുത്ത ഒരു കണ്ണുനീർത്തുള്ളി ആനിയുടെ വലത്തെക്കവിളിലൂടെ വഴുതിവീണു. കൈമുട്ടു പൊക്കി അവളതു തുടച്ചു കളഞ്ഞു. എന്നിട്ട് ഒന്നും സംഭവിച്ചിട്ടില്ലെന്ന മട്ടിൽ കാറ് സ്റ്റാർട്ടു ചെയ്തു.

ഡറാൺ പറഞ്ഞു.

-കഴിഞ്ഞ വർഷം ഞാൻ മറ്റൊരാളെ കണ്ടു. ഒരു വേള സാലൂലാഫോറെ ജീവിതകാലത്ത് നിങ്ങൾക്കറിയുമായിരിക്കും.

ആനിയുടെ മുഖത്ത് വേവലാതി.

-ആരാ?

-ഷാക്വിസ് പെറിങ്ദു ലാറാ

-ഇല്ലല്ലോ..... അങ്ങനെയൊരാളെ ഓർമയില്ല. ആ വീട്ടിലെത്രയോ പേരു വന്നിരുന്നു......

-ബോബ് ബുഗ്നാൻഡ്?

-ഹേയ്! ഒരോർമയുമില്ല.

അവൾ അടുത്തു വന്ന് അയാളുടെ ശിരസ്സിൽ തലോടി.

-കൊച്ചുമോനെ നിന്റെയീ തലക്കകത്ത് എന്തൊക്കേയാ നടക്കുന്നത്? ഡോക്ടറെ കാണിക്കണോ?

ഈ ചുറ്റുവട്ടത്ത്
നിനക്ക് വഴി തെറ്റാതിരിക്കാൻ

അവൾ അയാളെ നേർക്കുനേരെ നോക്കി. നോട്ടത്തിൽ ഭീഷണിയില്ല, ഒരല്പം ഉദ്വേഗം മാത്രം. അവൾ വീണ്ടും അയാളുടെ ശിരസ്സിൽ തടവി.

-നിനക്കറിയാമോ..... എന്റെ ഓർമകളൊക്കെ പോയി.... എനിക്കൊന്നും ഓർമയില്ല.

ലാറ പറഞ്ഞത് അന്നേരം അയാളോർമിച്ചു. ആനി ജയിലിലായിരുന്നെന്ന പ്രസ്താവം. അതിപ്പോൾ ആനിയോടു പറഞ്ഞാലോ? അവൾ അതിയായ ആശ്ചര്യം പ്രകടിപ്പിച്ചെന്നിരിക്കും. നിഷേധാർഥത്തിൽ ചുമലുകളിളക്കി ഇങ്ങനെ പറഞ്ഞെന്നിരിക്കും *ഓ അയാൾക്ക് ആളു മാറിയതാവും, വെറും തെറ്റിദ്ധാരണ.* അതല്ലെങ്കിൽ *എന്നിട്ട് നീയതു വിശ്വസിച്ചോ മോനേ.* ഒരു വേള ഇതൊക്കെ ആത്മാർത്ഥമായി പറയുന്നതാവാം.

നമ്മെ അത്യന്തം നൊമ്പരപ്പെടുത്തുന്ന, ശല്യപ്പെടുത്തുന്ന ജീവിതാനുഭവങ്ങളെ നാം മറക്കാൻ ശ്രമിക്കുന്നു. അത്യഗാധമായ ജലപ്പരപ്പിനു മുകളിൽ കണ്ണടച്ച് പൊങ്ങുതടിയെന്ന പോലെ ഒഴുകിയൊഴുകിപ്പോവുക. എന്നാൽ എല്ലായ്പോഴും അങ്ങനെ മനഃപ്പൂർവമുള്ള സ്മൃതിഭ്യംശങ്ങളായിരിക്കണമെന്നില്ല.

ഗ്രായിസുവുഡോങ് ചത്വരത്തിനടുത്തുള്ള കഫേയിൽ വെച്ച് സംസാരത്തിനിടയിൽ ഒരു ഡോക്ടർ പറഞ്ഞതാണ്. *വിസ്മൃതി* എന്ന സ്വന്തം പുസ്തകം തനിക്കു സമ്മാനിച്ച മനശ്ശാസ്ത്രവിദഗ്ധൻ.

-നിന്റെ ഫോട്ടോ എടുത്തത് എന്തിനാണെന്നറിയണോ?

നർമബോധത്തോടേയല്ല അവളാ വിഷയമെടുത്തിട്ടതെന്ന് ഡറാണിന് തോന്നിപ്പോയി. സന്ധ്യ മയങ്ങിയിരിക്കുന്നു, രഹസ്യങ്ങൾ തുറന്നു പറയാൻ ഇനി ഇരുട്ടു തുണയാകും.

-വളരെ ലളിതം. നിന്നെ ഇറ്റലിയിലേക്കു കൂട്ടിക്കൊണ്ടു പോകണമെന്നുണ്ടായിരുന്നു.....നിന്റെ അച്ഛനമ്മാർ ഒപ്പമില്ലാത്തതു കാരണം പാസ്പോർട്ട് ആവശ്യമുണ്ടായിരുന്നു. .....

ഒരുപാടു കാലം താൻ കൂടെ കൊണ്ടുനടന്ന ആ പഴയ മഞ്ഞ കാൻവാസ് സൂട്ടകേസ്. തന്റെ പാഠപുസ്തകങ്ങൾ, കടലാസുകൾ കുട്ടിക്കാലത്ത് കിട്ടിയ മറ്റു പുസ്തകങ്ങൾ, വൃക്ഷം എന്റെ ചങ്ങാതി, രഹസ്യപേടകം, തലയില്ലാത്ത കുതിര, ആയിരത്തൊന്നു രാത്രികൾ..... എല്ലാം അതിനകത്തു കാണുമായിരിക്കും. കൂട്ടത്തിൽ തന്റെ പാസ്പോർട്ടും, ഫോട്ടോയും നീല പാസ്പോർട്ട്. പക്ഷേ അയാളാ സൂട്ട്കേസ് ഒരിക്കലും തുറന്നില്ല. അതു പൂട്ടിയിരുന്നു, താക്കോൽ എന്നോ എങ്ങനേയോ കളഞ്ഞു പോയി. പാസ്പോർട്ടും കളഞ്ഞു പൊയ്ക്കാണും.

-എനിക്കു നിന്നെ ഇറ്റലിയിലേക്കു കൊണ്ടു പോകാനായില്ല. .... ഫ്രാൻസിൽത്തന്നെ നില്ക്കേണ്ടി വന്നു.... നമ്മൾ കുറച്ചു ദിവസം ഫ്രഞ്ചു റിവിയേറയിൽ താമസിച്ചു... പിന്നെ നീ നിന്റെ വീട്ടിലേക്കു പോയി.

വീട്? വീട് എന്നതുകൊണ്ട് അവളെന്താണ് ഉദ്ദേശിച്ചത്? ഓർമകൾ ചികഞ്ഞു നോക്കണം. വീടെന്നാൽ എന്തെന്ന് അയാൾക്ക് ഒരു പിടിയുമില്ല. അതെ അവന്റെ അച്ഛൻ വന്നതോർമയുണ്ട്, വിജനമായ ഒരു വീട്ടിലേക്ക്, എന്നിട്ടവൻ ട്രെയിനിൽ പാരീസിലേക്കു പോയി. ട്രെയിൻ അതിരാവിലെ പാരീസിലെ സിറ്റി സ്റ്റേഷനിലെത്തി, പിന്നെ വർഷങ്ങളോളം അവസാനിക്കാത്ത സ്കൂൾപഠനം.

-നിന്റെ പുസ്തകത്തിലെ ആ ഭാഗം വായിച്ചപ്പോൾ ഞാനെന്റെ പഴയ കടലാസുകളൊക്കെ തപ്പിനോക്കി. ഫോട്ടോയുടെ കോപ്പി കിട്ടി.

നാല്പതു വർഷങ്ങൾ ഡറാണിനു കാത്തിരിക്കേണ്ടി വരും. മറ്റൊരു വിശദാംശം അറിയാൻ. വെട്ടിമിറ്റ്ലിയ അതിർത്തിയിൽ നിന്നു കണ്ടെടുത്ത അജ്ഞാതബാലന്റെ ഫോട്ടോയും 'രേഖകളും'.

ലാറാ എന്താണ് പറഞ്ഞത്, അവൾ ജയിലിലായിരുന്നുവെന്ന്.

ജയിലിൽ നിന്നു പുറത്തിറങ്ങിയപ്പോൾ സാധനങ്ങളൊക്കെ പൊലീസ് തിരിച്ചു കൊടുത്തുകാണും. പക്ഷേ സോഫയിൽ ആനിയുടെ സമീപം ഇരിക്കേ, ഡറാണിന് ഈ വിശദാംശങ്ങളെക്കുറിച്ചൊന്നും അറിയില്ല. തന്റെ ജീവിതത്തിലെ ആ സുപ്രധാന സംഭവം അതേപ്പറ്റി അവളോടു ചോദിക്കാൻ അയാൾക്കാകുന്നില്ല, വളരെ വൈകിപ്പോയിരിക്കുന്നു. അവളതു മറച്ചുവെയ്ക്കുകയാണോ. അതോ മറന്നുപോയതാണോ, അതല്ലെങ്കിൽ അതേപ്പറ്റി ഓർക്കാൻ തക്കവണ്ണം ഒന്നുമില്ലെന്നാണോ? അതുമല്ലെങ്കിൽ ശരിയായ വാക്കുകൾ കിട്ടാത്തുകൊണ്ടാണോ?. .

വിടർന്ന പുഞ്ചിരിയോടെ ഡറാൺ പറഞ്ഞു.

-നമുക്ക് ഇറ്റലിയിലേക്കു പോകാനായില്ല, അല്ലേ? കഷ്ടമായിപ്പോയി.

അതൊരു രഹസ്യമാക്കിവെക്കാൻ അവളാഗ്രഹിച്ചു കാണും. ദുഃഖചിന്തകളിൽ നിന്ന്, ദുഃർസ്മരണകളിൽ നിന്ന് സ്വയം വിടുവിക്കുംപോലെ അവൾ തല കുലുക്കി.

-നീ താമസിക്കുന്നത് ഗ്രായിസുവുഡോങ് പരിസരത്താണോ?

-എന്നു പറയാനാവില്ല. വേറൊരിടത്താണ് റൂം വാടകക്കെടുത്തിരിക്കുന്നത്.

-ഗ്രായിസിവുഡോങ് പരിസരത്തെ റൂമിന്റെ ശരിയായ ഉടമസ്ഥൻ പാരീസിൽ ഇല്ലായിരുന്നു. ആ റൂമിന്റെ താക്കോൽ ഡറാൺ അപ്പോഴും കൈവശം വെച്ചിരുന്നു. ഇടയ്ക്കൊക്കെ സൂത്രത്തിൽ അവിടെ താമസിക്കുകയും ചെയ്യുമായിരുന്നു. രണ്ടിടങ്ങളിൽ അഭയസ്ഥാനം ഒരു സുരക്ഷയല്ലേ?

-എന്റെ റൂം ബ്ലോഷ് പരിസരത്താണ്.

-ബ്ലോഷ് പരിസരത്തോ?

ഈ ചുറ്റുവട്ടത്ത്
നിനക്ക് വഴി തെറ്റാതിരിക്കാൻ

അവൾക്കു പരിചയമുള്ള സ്ഥലമാവും

-നിന്റെ റൂമിലേക്ക് എന്നെങ്കിലും എന്നെയും കൂട്ടിക്കൊണ്ടു പോകുമോ?

ഇരുട്ടു വീണുകഴിഞ്ഞിരിക്കുന്നു. അവൾ വിളക്കു തെളിയിച്ചു. അവർക്കു ചുറ്റിലും പ്രകാശവലയം. സ്വീകരണമുറിയുടെ ബാക്കി ഭാഗത്ത് നിഴലു വീണുകിടക്കുന്നു.

-ബ്ലോഷ് കവലയും ചുറ്റുവട്ടവും എനിക്കു പരിചയമുണ്ട്. എന്റെ ഏട്ടനെ ഓർമയുണ്ടോ പിയർ...? പിയറിന് അവിടെയൊരു ഗരാജുണ്ടായിരുന്നു.

ഉവ്വ്, അല്പം ഇരുണ്ട നിറമുള്ള ചെറുപ്പക്കാരൻ. സാലുലാഫോറേയിലെ വീട്ടിൽ വരുമായിരുന്നു, തളത്തിന്റെ അങ്ങേയറ്റത്ത് ഇടതുവശത്തുള്ള കൊച്ചു മുറിയിലായിരുന്നു ഉറങ്ങാറ്. ആ മുറിയിലെ ജനാല തുറന്നാൽ മുറ്റവും കിണറും കാണാമായിരുന്നു. ഡറാണിന് ഓർമയുണ്ട് അയാളുടെ കനേഡിയൻ കാർ ഷെവി IV. ഇത്രയും കാലം അയാളുടെ പേര് താൻ മറന്നു പോയിരുന്നു.

-ഒരു ഞായറാഴ്ച പിയർ അവനെ സർക്കസ് കാണാൻ കൊണ്ടു പോയി. ഷെവിയിലാണ് തിരിച്ചു വന്നത്.

-ഇവിടെ താമസമായതിൽപ്പിന്നെ പിയറിനെ കാണാൻ സൗകര്യപ്പെടാറില്ല.

-ഈ സ്ഥലം വിചിത്രമായിരിക്കുന്നു.

അയാൾ തലതിരിച്ച് വലിയ ചില്ലുജാലകത്തിലൂടെ പുറത്തേക്കു നോക്കി. പുറത്ത് ഇരുട്ടിന്റെ തിരശ്ശീല വീണിരിക്കുന്നു. മരങ്ങളിലെ ഇലകളും ശാഖകളും തിരിച്ചറിയാനാവുന്നില്ല.

-ലോകത്തിന്റെ അറ്റത്തെത്തി നില്ക്കുംപോലെ, അല്ലേ?

ഇങ്ങോട്ടു വരുമ്പോൾ റോഡിലെ നിശ്ശബ്ദത അയാളെ അല്പമൊന്ന് അമ്പരപ്പിച്ചിരുന്നു. റോഡ് ഈ വീടിന്റെ ഗേറ്റിലെത്തി അവസാനിക്കുന്നു. ഇതിനപ്പുറം ഉദ്യാനവനം. രാത്രിയായിക്കഴിഞ്ഞാൽ വീട് കാടിന്റെ വക്കത്താണെന്നു തോന്നിപ്പോകും.

-യുദ്ധം കഴിഞ്ഞതു മുതൽ റോജർ വിൻസെന്റ് ഈ വീടു വാടകക്കെടുത്തു. അയാൾക്കിതിന്റെ മേൽനോട്ടമായിരുന്നു.... ഫ്രാൻസ് ഉപേക്ഷിച്ചു പോകേണ്ടി വന്നവരുടെ വീടായിരുന്നു ഇത്.... നിനക്കറിയാമല്ലോ റോജർ വിൻസെന്റിനെ സംഗതികളൊക്കെ എപ്പോഴും കുറച്ചു കുഴപ്പം പിടിച്ചതാണ്.

റോജർ വിൻസെന്റ് എന്നാണവൾ പറഞ്ഞത്. ഒരിക്കലും വെറും റോജർ എന്നല്ല. കുട്ടിക്കാലത്ത് ഷോണും അങ്ങനെത്തന്നെയാണ് വിളിച്ചിരുന്നത് ഹലോ റോജർ വിൻസെന്റ്.

-ഞാനിവിടെ അധികകാലം താമസിക്കില്ല... ഈ വീട് വല്ല എംബസിക്കോ മറ്റോ വാടകയ്ക്കു കൊടുക്കും, അതല്ലെങ്കിൽ തട്ടി നിരത്തും...... ചിലപ്പോഴൊക്കെ രാത്രി ഒറ്റയ്ക്ക് വല്ലാത്ത പേടി തോന്നും. താഴത്തെ നിലയും മുകളിലത്തെ നിലയും കാലിയാണ്, ആരുമില്ല. റോജർ വിൻസെന്റാണെങ്കിൽ മിക്കവാറും ഇവിടെ ഉണ്ടാവാറേയില്ല.

ആനിക്ക് വർത്തമാനകാലത്തെക്കുറിച്ച് സംസാരിക്കാനാണിഷ്ടം. ഡറാണിന് അതു മനസ്സിലാക്കാനാവുന്നുണ്ട്.

കുട്ടിക്കാലത്ത് സാലൂലാഫോറേയിൽ വെച്ചു കണ്ട ആനി തന്നെയോ ഇത്?

താനോ? നാല്പതു കൊല്ലങ്ങൾക്കുശേഷം വലുതാക്കിയെടുത്ത ആ ഫോട്ടോയുടെ പകർപ്പ് കൈയിൽ കിട്ടിയിട്ടും അതു താനാണെന്ന് ഉടനടി തിരിച്ചറിയാനായില്ലല്ലോ.

അവൾ അയാളെ അത്താഴം കഴിക്കാൻ ക്ഷണിച്ചു. വീട്ടിനടുത്തു തന്നെയുള്ള റെസ്റ്റോറന്റിലേക്ക്. അറ്റത്തുള്ള മേശയിൽ അവർ മുഖാമുഖം ഇരുന്നു. അയാൾ പറഞ്ഞു

-നമ്മൾ രണ്ടുപേരും ഇടയ്ക്കൊക്കെ സാലുലാഫോറേയിലെ റെസ്റ്റോറാന്റിൽ പോകുമായിരുന്നു.

-ഉവ്വോ?

-ഉവ്വ്. ഷാലെദുഎർമിറ്റാഷ് എന്നായിരുന്നു ഹോട്ടലിന്റെ പേര്.

ആ പേര് ഓർമയിൽ തങ്ങിനില്ക്കാൻ കാരണമുണ്ട്. റോഡിന്റെ പേരും അതായിരുന്നല്ലോ..

ആനി നിഷേധിച്ചു.

-ഹേയ് അങ്ങനെ വരാൻ വഴിയില്ല. ഒരു കൊച്ചു കുട്ടിയേയും ഞാൻ ഹോട്ടലിലേക്കു കൊണ്ടു പോയിട്ടേയില്ല.

അവളത് വളരെ കട്ടായമായാണ് പറഞ്ഞത്. ഡറാണിന് അദ്ഭുതം തോന്നി.

-നിങ്ങൾ ഒരുപാടു കാലം സാലൂലാഫോറേയിൽ താമസിച്ചിരുന്നോ?

-ഇല്ല. റോജർ വിൻസെന്റ് അതു വിറ്റു..... അതയാളുടെ വീടായിരുന്നു.

പക്ഷേ ഡറാൺ കരുതിയിരുന്നത് അത് ആനി അസ്ട്രാൻഡിന്റെ വീടാണെന്നായിരുന്നു. ആ പേരും ആ വീടും. അത് പണ്ടെന്നോ മറ്റേതോ ആനി അസ്ട്രാൻഡിന്റെ വീടായിരുന്നെന്ന പ്രതീതി.

-ഞാനവിടെ ഒരു കൊല്ലത്തോളം താമസിച്ചു, അല്ലേ?

മടിച്ചു മടിച്ചാണ് ചോദിച്ചത്. മറുപടി തന്നില്ലെങ്കിലോ എന്ന ഭയം ഉള്ളിലുണ്ടായിരുന്നു..

-അതെ നിന്റമ്മ പറഞ്ഞിട്ടാണ്... നാട്ടുമ്പുറത്തു താമസിപ്പിക്കാൻ. നിന്നെ എങ്ങനെയെങ്കിലും ഒഴിവാക്കിക്കിട്ടിയാൽ മതിയെന്നായിരുന്നു നിന്റെയമ്മയ്ക്ക്.

-അമ്മയെ എങ്ങനെ അറിയാം?

-ഓ! ചങ്ങാതിമാർ വഴി...... അക്കാലത്ത് എത്രയെത്ര പേരേയാണ് പരിചയപ്പെട്ടതെന്നോ

ഡറാണിനു ബോധ്യമായി. ആ കാലഘട്ടത്തെപ്പറ്റി, സാലൂലാഫോറേ വാസത്തെപ്പറ്റി ഇതിൽക്കൂടുതലൊന്നും ആനി പറയില്ല. ആ കാലഘട്ട ത്തെക്കുറിച്ചു തനിക്കുള്ളത് മങ്ങിയതും ചുരുങ്ങിയതുമായ ഓർമകൾ മാത്രം. അവയിൽ എത്രതന്നെ സത്യാംശമുണ്ടെന്നുപോലും അറിയില്ല. കാരണം, ദേ ഇപ്പോൾത്തന്നെ ആനി പറഞ്ഞല്ലോ തന്നെയും കൂട്ടി ഹോട്ട ലിൽ പോയിട്ടില്ലെന്ന്.

-ഷോൺ മറ്റൊന്നും വിചാരിക്കരുത്. ഞാൻ പഴയകാലങ്ങളെപ്പറ്റി ചിന്തിക്കാറേയില്ല. ....

ഒന്നു നിർത്തിയശേഷം അവൾ തുടർന്നു.

-അതൊക്കെ എത്ര വിഷമം പിടിച്ച സമയമായിരുന്നെന്നോ.... നിന ക്കോർമയുണ്ടോ എന്തോ, കോളെറ്റിനെ?

ആ പേര് അവ്യക്തമായ സ്മരണകളെ തലോടിയുണർത്തി, ചുമ രിൽ നീങ്ങിയകലുന്ന നിഴലുകളെപ്പോലെ.

-കോളെറ്റ്? കോളെറ്റ് ലോറെന്റ്? സാലൂലാഫോറേ വീട്ടിൽ എന്റെ മുറിയിൽ അവളുടെ പടം ഉണ്ടായിരുന്നു. അവൾ ചിത്രകാരന്മാർക്കു വേണ്ടി പോസ് ചെയ്യുമായിരുന്നു... കൗമാരക്കാരി.

ഉവ്വ് രണ്ടു ജനാലകൾക്കിടയിലുള്ള മേശപ്പുറത്ത് ഒരു പെൺകുട്ടി യുടെ പടം കണ്ടതോർമയുണ്ട്. താടിക്കു കൈകൊടുത്ത് മേശയിൽ ചാരി നില്ക്കുന്ന രൂപം.

-പാരീസിലെ ഒരു ഹോട്ടലിൽവെച്ച് അവളെ ആരോ കൊന്നു. ആരാ ണെന്ന് കണ്ടുപിടിക്കാനായില്ല..... അവൾ പലപ്പോഴും സാലൂലാഫോറേ യിലെ വീട്ടിലേക്കു വരുമായിരുന്നു.

സാലൂലാഫോറേയിലെ വീട്ടിലേക്ക് ആനി പുലർച്ചെ രണ്ടു മണിക്ക് തിരിച്ചെത്തുമ്പോൾ അവൻ പലപ്പോഴും കേട്ടിട്ടുണ്ട്. തളത്തിൽ നിന്നുള്ള പൊട്ടിച്ചിരികൾ. അതായത് ആനി തനിച്ചല്ല എന്നർത്ഥം. പിന്നെ കിടപ്പറ യുടെ വാതിലടയുന്ന ശബ്ദം കേൾക്കാം. അടക്കിപ്പിച്ച സംസാരങ്ങൾ. ഒരു ദിവസം രാവിലെ ആനിയുടെ കാറിൽ കോളെറ്റിനോടൊപ്പം പോയ തോർമയുണ്ട്. കോളെറ്റ് മുൻസീറ്റിൽ ഡ്രൈവുചെയ്യുന്ന ആനിയോടൊപ്പം. പിറകിലത്തെ സീറ്റിൽ താനൊറ്റയ്ക്ക്. ഷാസ്എലീസിയിൽ സ്റ്റാമ്പു മാർ ക്കറ്റിനടുത്തായി പൂന്തോട്ടത്തിനകത്ത് അവർ നടന്നു.. ഒരു ഷോപ്പിൽ

കയറി കോളെറ്റ് അവന് ആൽബവും കുറെ സ്റ്റാമ്പുകളും വാങ്ങിച്ചു കൊടുത്തു. പല നിറങ്ങളിൽ ഈജിപ്ഷ്യൻ രാജാവിന്റെ പടം. അന്നു മുതലാണ് അവൻ സ്റ്റാമ്പുകൾ ശേഖരിക്കാൻ തുടങ്ങിയത്. സുതാര്യമായ കടലാസിനു പിന്നിൽ തിരുകി വെക്കാവുന്ന സ്റ്റാമ്പുകൾ. ആൽബവും ആ കാൻവാസ് സൂട്ട്കേസിനകത്തു കാണും. കഴിഞ്ഞ പത്തു കൊല്ല ങ്ങളായി ആ സൂട്ട്കേസ് തുറന്നിട്ടില്ല. എന്നാലും അതു വലിച്ചെറിയാനോ വേണ്ടെന്നു വെക്കാനോ ആവുന്നുമില്ല. എന്നാലോ അതിന്റെ താക്കോൽ കളഞ്ഞുപോയത് എന്തൊരാശ്വാസം.

മറ്റൊരിക്കൽ കോളെറ്റിനോടൊപ്പം ചെറിത്തോട്ടത്തിനപ്പുറമുള്ള ഒരിടത്തേക്ക് പോയതോർമയുണ്ട്. ഒരു ചെറിയ കോട്ടപോലുള്ള കെട്ടിട ത്തിനു മുന്നിലായി ആനി കാറു നിത്തി. ആ ബോർഡിംഗ് സ്കൂളിൽ വെച്ചാണ് താനും കോളെറ്റും കണ്ടുമുട്ടി ചങ്ങാതികളായതെന്നു പറഞ്ഞു. അവർ കെട്ടിടത്തിനകത്തു കയറി. ക്ലാസ് റൂമുകളും ഹോസ്റ്റലുകളും ഒക്കെ ഒഴിഞ്ഞു കിടന്നിരുന്നു.

-നിനക്ക് കോളെറ്റിനെ ഓർമയില്ല?

-ഉവ്വുവ്വ്. നിങ്ങൾ സ്കൂളിൽവെച്ചു പരിചയമായതല്ലേ

ആനി അയാളെ ആശ്ചര്യത്തോടെ നോക്കി.

-നിനക്കെങ്ങനെ അറിയാം?

-നിങ്ങളെന്നെ സ്കൂളു കാണാൻ കൂട്ടിക്കൊണ്ടുപോയിരുന്നു.

-ഉവ്വോ? എനിക്കോർമയേയില്ല.

-ഉവ്വ് മോൺമാറെസിന്റെ മറുഭാഗത്തായിരുന്നു സ്കൂൾ

-നിന്നെയും കോളെറ്റിനേയും കൂട്ടി അങ്ങോട്ടു പോയെന്നോ? അങ്ങനെ ഉണ്ടായിട്ടേയില്ല...

അയാൾക്ക് ഒന്നും എതിർത്തു പറയാനായില്ല. ഡോക്ടറുടെ പുസ്തകം *വിസ്മൃതി* ഒരിക്കൽ കൂടി വായിക്കണം. വെളുത്ത പുറംചട്ട യുള്ള പുസ്തം. എന്തെങ്കിലും ഉത്തരം കിട്ടുമായിരിക്കണം. റാനെലാ ഉദ്യാനത്തെ ചുറ്റിയുള്ള നടപ്പാതയിലൂടെ അവർ നടന്നു. ഇരുട്ടു നിറഞ്ഞ രാത്രി, ആനി തന്റെ കൈ പിടിച്ചിരിക്കുന്നു. പണ്ടെന്നോ ഇതേവിധം മോൺമൊറെസ് ഉദ്യാനത്തിലൂടെ ആനിയുടെ കൈയും പിടിച്ചു നടന്ന പ്രതീതി. അന്ന് കാറ് കവലയിൽ നിർത്തി അവർ ഉദ്യാനത്തിനകത്തുള്ള ഫോസ്സംബ്രോ തടാകത്തിലേക്കു നടന്നു. അവന് പേരുകളൊക്കെ ഓർമ യുണ്ട് ഓക്കു കവല, കാരെഫോദുലാപോന്റ്. പിന്നൊരു പേര് പ്രിൻസ് കോൻഡി കവല. ആനി അവനെ സ്കൂളിൽ ചേർത്തിരുന്നു. ഒരു കൊച്ചു സ്കൂൾ. ഉച്ച തിരിഞ്ഞ് നാലര മണിക്ക് സ്കൂൾ വിട്ടാൽ ആനി വരും കൂട്ടിക്കൊണ്ടു പോകാൻ. ഒരു ദിവസം ക്ലാസ്സിൽ ടീച്ചർ കോൻഡി രാജ കുമാരനെക്കുറിച്ചു പറഞ്ഞു. സാലൂലാഫോറേ കോട്ടയ്ക്കകത്ത് തൂങ്ങി

മരിച്ച രാജകുമാരന്റെ കഥ. അയാളെന്തിനാണ് ആത്മഹത്യ ചെയ്തതെന്ന് ആർക്കും അറിഞ്ഞുകൂടായിരുന്നു. ടീച്ചർ പറഞ്ഞു ആ വംശത്തിലെ അവസാനത്തെ രാജകുമാരൻ.

-നീയെന്താണിത്രയൊക്കെ ആലോചിച്ചു കൂട്ടുന്നത്, ഷോൺ?

അത്താഴം കഴിഞ്ഞ് തിരിച്ചുനടക്കുമ്പോൾ ആനിയുടെ ശിരസ് അയാളുടെ ചുമലിൽ.

സ്കൂളിനേപ്പറ്റിയും കോൻഡിവംശത്തിലെ അവസാനത്തെ രാജകുമാരനെപ്പറ്റിയും ആനിയോടു പറഞ്ഞാലോ? പക്ഷേ വല്ലാത്ത ആശങ്ക അവളുടെ മറുപടി ഇങ്ങനെയായാലോ.

-ഹേയ്...അങ്ങനെയൊന്നുമുണ്ടായിട്ടില്ല... നിനക്ക് തെറ്റിയതാണ്... എനിക്കൊന്നും ഓർമയില്ല.

കഴിഞ്ഞ പതിനഞ്ചുവർഷമായി താനും ഏതാണ്ട് എല്ലാം മറന്ന അവസ്ഥയിലല്ലേ?

-ബ്ലോഷ് കവലയിലെ നിന്റെ റൂമിലേക്ക് എന്നെ ക്ഷണിക്കില്ലേ? നിന്നോടൊപ്പം അവിടമൊക്കെ ഒന്നു ചുറ്റിക്കാണണമെന്നുണ്ട്....

ഒരു വേള ആനിയും താനും ബ്ലോഷ് കവലയ്ക്കടുത്ത് കുറച്ചു ദിവസം താമസിച്ചത് ആനിക്ക് ഓർമയുണ്ടാകുമോ? പാരീസിൽനിന്ന് ട്രെയിൻ കയറി തെക്കോട്ടു പോകുന്നതിനു തൊട്ടുമുമ്പുള്ള കുറച്ചു ദിവസങ്ങൾ. പക്ഷേ അയാൾ ചോദിക്കാൻ ധൈര്യപ്പെട്ടില്ല.

-വളരെ ചെറിയ റൂമാണ്. ചൂടുപിടിപ്പിക്കാനുള്ള സംവിധാനവും ഇല്ല.

-അതുകൊണ്ടെന്താ? നിനക്കറിയാഞ്ഞിട്ടാണ്.... പണ്ട് ചെറുപ്പകാലത്ത് എല്ലുകോച്ചുന്ന തണുപ്പത്ത് ഞാനും പിയറും എത്ര കഷ്ടപ്പെട്ടിട്ടുണ്ടെന്നോ? പക്ഷേ ഒരു കാര്യം ആ ഓർമകളൊന്നും നോവിക്കുന്നവയല്ല.

അവർ റോഡിന്റെ അറ്റം വരെ എത്തിയിരിക്കുന്നു. ഉദ്യാനവനത്തിലേക്കുള്ള കവാടം വരെ. ശിശിരകാലസുഗന്ധങ്ങൾ. ഇലകളുടേയും നനഞ്ഞ മണ്ണിന്റേയും. ബൊളേഞ്യേയിൽനിന്നോ അതോ വർഷങ്ങൾക്കപ്പുറത്ത് നിന്ന് മോൺമോറെസിൽ നിന്നോ?

മറ്റൊരു വഴിയിലൂടേയാണ് അവർ വീട്ടിലേക്കു നടന്നത്. വീട്! ഒരല്പം വ്യംഗം കലർത്തിയാണ് അവളതുച്ചരിച്ചത്. സുമധുരമായ സ്മൃതിഭ്രംശം സംഭവിച്ചതുപോലെ ഡറാണിന് അനുഭവപ്പെട്ടു. ഈ അപരിചിതയെ താനെപ്പോഴാണ് പരിചയപ്പെട്ടത്? ഈ ഉദ്യാനത്തിലൂടെ നടക്കുമ്പോഴാണോ അതോ അപ്പുറത്ത്, ഇരുട്ടിലാണ്ടു കിടക്കുന്ന കെട്ടിടങ്ങൾക്കു മുന്നിൽ വെച്ചാണോ അവളെ കണ്ടുമുട്ടിയത്? ഏറ്റവും മുകളിലത്തെ നിലയിലെ ഒരു ജനാലയിലൂടെ ഊർന്നിറങ്ങുന്ന വെളിച്ചം. ആരോ പോകുന്നതിനുമുമ്പ് വിളക്കണെക്കാൻ മറന്നു പോയതാണോ?

ആനി പിടുത്തം മുറുക്കി. അയാൾ കൂടെത്തന്നെയുണ്ടെന്ന് ഉറപ്പു വരുത്താനെന്ന മട്ടിൽ.

-രാത്രി ഇത്രയും വൈകി വീട്ടിനകത്തേക്ക് കയറാൻ എനിക്കു പേടിയാണ്.... ആകെയൊരു ദിക്‌വിഭ്രാന്തി.... എവിടെയാണെന്ന് ഒരു രൂപവുമില്ലാത്തപ്പോലെ.

-അതു ശരിയാണ്. ഇത് ഉദ്യാനവനം. പൊതുസ്ഥലം, ആരുടേതുമല്ലാത്ത സ്ഥലം. എല്ലാത്തിൽ നിന്നും അകന്നു മാറി നില്ക്കുന്ന നിഷ്പക്ഷമേഖല.

-ഒന്നാലോചിച്ചു നോക്ക്... രാത്രി എന്തെങ്കിലും അത്യാവശ്യമുണ്ടായാൽ ഒരു പാക്കറ്റ് സിഗരറ്റോ, എന്തെങ്കിലും മരുന്നോ മറ്റോ വേണ്ടി വന്നാലോ. ഇവിടെ അടുത്തെങ്ങും മരുന്നുകട പോലുമില്ല.

ആനി പൊട്ടിച്ചിരിച്ചു. അവളുടെ ചിരിയും അവരുടെ പാദപതനങ്ങളും ഇടവഴികളിലൊക്കെ പ്രതിധ്വനിച്ചു. ഇടവഴിക്ക് പരേതനായ ഒരെഴുത്തുകാരന്റെ പേരായിരുന്നു.

ആനി കോട്ടിന്റെ പോക്കറ്റിൽനിന്ന് താക്കോൽ കൂട്ടമെടുത്തു. പലതവണ ശ്രമിച്ചിട്ടേ ശരിയായ താക്കോൽ കണ്ടെത്താനായുള്ളു. വെള്ളയും കറുപ്പും കല്ലുകൾ പാകിയ പൂമുഖമുറ്റത്താണവരിപ്പോൾ.

-ഷോൺ, എന്നോടൊപ്പം വരുമോ മുകളിലേക്ക്? എനിക്ക് ഭൂതപ്രേതങ്ങളെ ഭയങ്കര പേടിയാണ്.

-താഴത്തെ നില കാണണോ?

ഒഴിഞ്ഞുകിടക്കുന്ന ഒരു നിര മുറികൾ. മരപ്പാളികൾ പാകിയ ചുമരുകൾ. വലിയ ജാലകങ്ങൾ. സീലിങ്ങിനു തൊട്ടു താഴെ തൂങ്ങിക്കിടക്കുന്ന ബൾബിൽനിന്നുള്ള വെളിച്ചം ചുമരുകളിൽ നിഴൽചിത്രങ്ങൾ വരക്കുന്നു

-ശരിക്കും ഈ നിലയിലാണ് ഡ്രോയിംഗ് റൂമും, ഡൈനിംഗ് റൂമും ലൈബ്രറിയും..... ഒരു കാലത്ത് റോജർ വിൻസെന്റ് ചരക്കുകളൊക്കെ ഇവിടെയാണ് സൂക്ഷിച്ചിരുന്നത്.....

ആനി വാതിലടച്ചു.

-മുകളിലത്തെ നില കാണണോ?

ഏറ്റവും താഴത്തെ നിലയിലെന്നപോലെത്തന്നെ മൂന്നാം നിലയിലും മച്ചിൽനിന്നു വീഴുന്ന വെളിച്ചം. ഒഴിഞ്ഞുകിടക്കുന്ന മുറികൾ. ഒരു ജാലകപ്പാളിയുടെ ചില്ലുഗ്ലാസ്സ് പൊട്ടിയിട്ടുണ്ട് അതു നിരക്കി മാറ്റിയാൽ. അതിവിശാലമായ ടെറസ്സ്. അവിടെ നിന്നാൽ ഉദ്യാനവനത്തിലെ മരങ്ങൾ കാണാം. പഴയ ഉടമസ്ഥന്റെ, അതായത് യുദ്ധത്തിനുമുമ്പ് ഇവിടെ താമസിച്ചിരുന്നവരുടെ വ്യായാമസ്ഥലം ആയിരുന്നു ഇത്. ഡറാൺ എല്ലാം നോക്കിക്കണ്ടു. തറയിൽ തുളകളുണ്ട്. കോർക്കുകൊണ്ടുള്ള

തറയാണെന്നു തോന്നുന്നു. ചുമരിൽ മരത്തിൽ തീർത്ത അലമാര. അതിനകത്ത് ഡംബെൽസ് സൂക്ഷിക്കാനുള്ള സംവിധാനം

-ഇവിടെ ഒരുപാടു പ്രേതങ്ങളുണ്ട്.... ഞാനിവിടെ ഒറ്റയ്ക്കു വരാറില്ല.....

ഒന്നാംനിലയിൽ കതകിനടുത്തു വെച്ച് അയാളുടെ ചുമലിൽ കൈ പാകി ആനി ചോദിച്ചു.

-ഷോൺ ഇന്നു രാത്രി ഇവിടെ എന്നോടൊപ്പം കഴിയാമോ?

അവർ തളത്തിലേക്കു കടന്നു. അവൾ വിളക്കു തെളിയിച്ചില്ല. സോഫയിൽ അയാളോടു ചേർന്നിരുന്ന് അവൾ മന്ത്രിച്ചു.

-എനിക്ക് ഈ വീടു വിടേണ്ടിവരുമ്പോൾ, ബ്ലോഷ്കവലയിലെ നിന്റെ റൂമിൽ ഇടം തരുമോ?

ആനി അയാളുടെ നെറ്റിയിൽ തലോടി. എന്നിട്ട് പതിയെ പറഞ്ഞു

-നമുക്ക് മുൻപരിചയമില്ലെന്നു നടിക്കാം. പിന്നെ എല്ലാം എളുപ്പമാവും.

അതെ, അതെളുപ്പമാണല്ലോ. അവൾ പേരു മാറ്റിയില്ലേ? സ്വന്തം പേരു പോലും....

പതിനൊന്നു മണി.ഓഫീസുമുറിയിലെ ഫോണടിച്ചു. ആരും എടുക്കാൻ കാത്തു നില്ക്കാതെ നേരെ ആൻസറിംഗ് മെഷീനിലേക്കു തെന്നി. ആരുടേയോ ശ്വാസോച്ഛ്വാസം. ആദ്യം ക്രമാനുഗതമായി. പിന്നെ അല്പം ഇടർച്ചയോടെ. വിദൂരതയിലെവിടേയോ സ്ത്രീയുടേയോ പുരുഷന്റേയോ എന്നു പറയാനാകാത്ത കണ്ഠസ്വരം. ഒരു ഞെരക്കം. വീണ്ടും ശ്വാസോച്ഛ്വാസം. രണ്ടു ശബ്ദങ്ങൾ ഇടകലർന്ന് എന്തൊക്കേയോ പിറുപിറുക്കുന്നു. വാക്കുകൾ വേർതിരിച്ചെടുക്കാനാവുന്നില്ല. അയാൾ ഫോൺ വയർ അഴിച്ചു മാറ്റി. ആരാവും ഷാന്റൽ ഗ്രിപ്പേയോ, ഷീൽ ഒട്ടൊലിനിയോ അതോ ഇരുവരും ചേർന്നുള്ള കളിയാണോ?

രാത്രിയുടെ നിശ്ശബ്ദതയിൽ രേഖകൾ സാവകാശമായി അവസാനമായൊന്ന് വായിക്കാമെന്നു കരുതിയതാണ്. തുടങ്ങിയതേയുള്ളൂ. വല്ലാത്ത ബുദ്ധിമുട്ട്. വാചകങ്ങൾ കെട്ടു പിണയുന്നു, മുമ്പു വായിച്ചയിടത്ത് പുതിയ വാചകങ്ങൾ പൊടുന്നനെ മിന്നിമറയുന്നു, വായിച്ചു മനസ്സിലാക്കാനുള്ള സമയം പോലും കിട്ടുന്നില്ല. ഒരേ താളിൽ മേൽക്കുമേലായി പലതവണ എഴുതിയതു പോലെ. അവയെല്ലാം കൂടിക്കലർന്ന് ഇളകിമറിയുന്നു. മൈക്രോസ്കോപ്പിലൂടെ കാണുന്ന അണുജീവികളെപ്പോലെ. ക്ഷീണം കാരണമാവും, അയാൾ കണ്ണുകളടച്ചു.

കണ്ണുതുറന്നപ്പോൾ മുന്നിൽ കറുത്ത വസന്തത്തിലെ പേജ്. ടോർസ്റ്റിലിന്റെ പേരുള്ള പേജ്. ഫോട്ടോ സ്റ്റുഡിയോ സംഭവമല്ലാതെ തന്റെ ആദ്യനോവലിലെ ഒരു വിവരവും അയാൾക്ക് ഓർമയില്ലായിരുന്നു. ആദ്യത്തെ ഏതാനും പേജുകൾ കൈവശം വെച്ചിരുന്നു. കാരണം നോവൽ പൂർത്തിയാക്കിയശേഷം ആദ്യത്തെ അധ്യായം അയാൾ വേണ്ടെന്നു വെക്കുകയുണ്ടായി. അതിന് ഒരു തലക്കെട്ടും ഉണ്ടായിരുന്നു. *സാലൂലാഫോറേയിലേക്കൊരു തിരിച്ചുപോക്ക്.* ആ ഇരുപതു പേജുകളെവിടെ? ഏതെങ്കിലും കാർഡ്ബോഡ് പെട്ടിയിലോ ആ പഴയ സൂട്ട്കേസിനകത്തോ ഉറങ്ങിക്കിടപ്പുണ്ടാകുമോ? അതോ താനവ വലിച്ചു കീറിക്കളഞ്ഞോ. അയാൾക്കറിയില്ല. അന്ന് ആ പേജുകളെഴുതും മുമ്പ് അവസാനമായി, ഒരിക്കൽകൂടി സാലൂലാഫോറെ സന്ദർശിക്കണമെന്ന് അയാൾക്കാഗ്രഹം തോന്നി. പതിനഞ്ചു വർഷങ്ങൾക്കു ശേഷമുള്ള സന്ദർശനം. തീർത്ഥയാത്രയെന്നൊന്നും പറയാനാവില്ല. നോവലെഴുതാൻ

അത്തരമൊരു സന്ദർശനം സഹായകമാകുമെന്നൊരു തോന്നൽ. അത്ര മാത്രം. പുസ്തകം പ്രസിദ്ധീകരിച്ച് ഏതാനും മാസങ്ങൾക്കുശേഷം ആനി അസ്ട്രാൻഡുമായുള്ള കൂടിക്കാഴ്ച നടന്ന രാത്രിയിൽ ഇതേപ്പറ്റി ആനിയോടു സൂചിപ്പിച്ചതുപോലുമില്ല. അവളതു നിസ്സാരമായി തള്ളിക്കളഞ്ഞിരുന്നെങ്കിലോ എന്ന ആശങ്ക കൊണ്ടാണ്. *എന്റെ പൊന്നു ഷോൺ, നിനക്കെന്തിത്ര ഭ്രാന്തൻ ചിന്തകൾ, വീണ്ടും അവിടേക്കോ?* എന്നു പറഞ്ഞാലോ.

ടോർസ്റ്റിലിനെ പന്തയസ്ഥലത്തു വെച്ച് കണ്ട് ഏതാനും ദിവസങ്ങൾക്കു ശേഷം ഒരു ദിവസം ഉച്ചതിരിഞ്ഞ് പോർട്ദന്യേറിൽ നിന്നു ബസ്സു പിടിച്ച് സാലുലാഫോറേയിലെത്തി. പരിസരം ആകെ മാറിപ്പോയിരുന്നു. ബസ്സു പോയ അതേ റോഡിലൂടെയായിരുന്നോ ആനിയും പാരീസിലേക്കു പോകാറുണ്ടായിരുന്നത്? എർമോ സ്റ്റേഷനു മുന്നിലെ റെയിൽ പാളങ്ങൾക്കു താഴെക്കൂടി ബസ്സ് കടന്നുപോയി.

അതിനുശേഷം നാല്പതിലധികം വർഷങ്ങൾ കടന്നുപോയി എന്നിട്ടും ഇന്നും ആ സന്ദർശനം മനസ്സിൽ പച്ചപിടിച്ചു നില്ക്കുന്നു. അതോ താൻ കിനാവു കാണുകയാണോ? നോവലിലെ ഒരധ്യായം എന്ന നിലയ്ക്കായിരുന്നു ആ സന്ദർശനം അതുകൊണ്ടാവും ഇത്ര മനക്കുഴപ്പം. സ്റ്റേഷനിലേക്കു കയറി ചത്വരത്തിലെ ഫൗണ്ടനിലേക്കു നടന്നു... ഇളം മഞ്ഞ നിറത്തിലുള്ള കോടമഞ്ഞ്. അടുത്തുള്ള വനാന്തരത്തിൽ നിന്ന് പരന്നതാവാം. എർമിറ്റാഷ് റോഡ്. ആനിയുടെ കാലത്ത് ഈ വീടുകളൊന്നുമില്ല. ഇരുവശത്തും മരങ്ങളായിരുന്നു. അവയുടെ ചില്ലകൾ കമാനാകൃതിയിൽ റോഡിനു മേലാപ്പായി നിന്നു. ഇതു ശരിക്കും സാലൂലാഫോറേയാണോ? റോഡിനഭിമുഖമായി സ്ഥിതിചെയ്യുന്ന വീടും പൂമുഖവും തനിക്കു തിരിച്ചറിയാനാവുന്നുണ്ടോ? ആ പൂമുഖമുറ്റത്തല്ലേ ആനി കാറ് നിർത്താറുണ്ടായിരുന്നത്? പക്ഷേ മതിൽക്കെട്ടെവിടെ? അതിനു പകരം ഒരു നീണ്ട കോൺക്രീറ്റ് കെട്ടിടമാണല്ലോ കാണുന്നത്.

നേരെ മുന്നിലായി ഒരു ഗേറ്റ്. അതിനകത്ത് ഇളം മഞ്ഞ നിറം പൂശിയ ഒറ്റനില വീട്. ഗേറ്റിൽ പിച്ചളത്തകിട്. ഡോക്ടർ ലൂയി വൂസ്ട്രാറ്റ്. പണ്ടൊരിക്കൽ ഒരു ദിവസം രാവിലെ ആനി അവനെയും കൂട്ടി ഡോക്ടറെ കാണാൻ ചെന്നു. പിന്നൊരു വൈകുന്നേരം ഡോക്ടർ അവനെ കാണാൻ വീട്ടിലേക്കും. അവനു സുഖമില്ലായിരുന്നു.

നടുറോഡിൽ ഒരു നിമിഷം മടിച്ചുനിന്നശേഷം അയാൾ ഉറപ്പിച്ചു അകത്തേക്കു പോകുകതന്നെ. ഗേറ്റ് തള്ളിത്തുറന്നു. പൂന്തോട്ടം. അതിനപ്പുറം പൂമുഖപ്പടികൾ. ബെല്ലടിച്ച്, കാത്തു നിന്നു. പകുതി തുറന്നു കിടക്കുന്ന വാതിലിലൂടെ ഒരാളെ കണ്ടു. നല്ല പൊക്കം നരച്ചമുടി നീലക്കണ്ണുകൾ. ഇല്ല തന്നെ മനസ്സിലായിട്ടില്ല.

-ഡോക്ടർ വൂസ്ട്രാറ്റല്ലേ?

ഡോക്ടറുടെ മുഖത്തൊരു ചലനം. ഡറാൺ അയാളെ ഉറക്കത്തിൽ നിന്നുണർത്തിയതുപോലെ.

-ഇന്ന് കൺസൽട്ടേഷനില്ല

-അതല്ല, ഡോക്ടർ. എനിക്കല്പം സംസാരിച്ചാൽ കൊള്ളാമെന്നുണ്ട്.

-എന്തിനെപ്പറ്റിയാണാവോ?

സൗഹൃദം സ്ഫുരിക്കുന്ന സംസാരരീതി ആശ്വാസവും ധൈര്യവും പകരുന്ന സ്വരം. സംശയമോ അവിശ്വാസമോ ഇല്ല

-ഞാനൊരു പുസ്തകമെഴുതുകയാണ്... സാലൂലാഫോറേയെപ്പറ്റി. താങ്കളോട് ചിലതു ചോദിക്കാനുണ്ടായിരുന്നു.

ഉള്ളിലല്പം ഭയമുണ്ടായിരുന്നതു കാരണം വിക്കിവിക്കിയാണ് പറഞ്ഞൊപ്പിച്ചത്. ഡോക്ടർ സുസ്മേരവദനനായി അയാളെ നോക്കി.

-വരൂ, അകത്തേക്കു വരൂ.

മുറിക്കകത്ത് നെരിപ്പോടിൽ തീ കത്തുന്നുണ്ട്. ജനാലയ്ക്കടുത്തുള്ള കസേരയിലേക്കു ചൂണ്ടിക്കാട്ടിയശേഷം അത്തരമൊരു കസേരയിൽ ഡോക്ടറും ഇരുന്നു.

-എന്നെ വന്നു കാണാൻ ആരാണ് പറഞ്ഞതാവോ?

ഗൗരവവും മാധുര്യവും കലർന്ന സ്വരം. ഏത്ര കൗശലക്കാരനായ ക്രിമിനലും അല്പസമയത്തിനുള്ളിൽ കുമ്പസാരിച്ചേനെ. ഡറാണിന് അങ്ങനെയാണ് തോന്നിയത്.

-താങ്കളുടെ നെയിംബോർഡ് കണ്ടു. പ്രാക്റ്റീസു ചെയ്യുന്ന ചുറ്റുവട്ടത്തെക്കുറിച്ച് ഒരു ഡോക്ടർക്കു നല്ല പരിചയം കാണുമല്ലോ എന്നു കരുതി.

അല്പം വേവലാതി ഉണ്ടായിരുന്നെങ്കിലും വ്യക്തമായി സംസാരിക്കാൻ ശ്രമിച്ചു. ഈ സ്ഥലം എന്നല്ലാതെ ഈ ഗ്രാമം എന്നു പറഞ്ഞില്ല. ഇന്ന് സാലൂലാഫോറെ അവന്റെ കുട്ടിക്കാലത്തെ ഗ്രാമമേ അല്ല.

-അക്കാര്യത്തിൽ നിങ്ങൾക്കു തെറ്റിയിട്ടില്ല. ഞാനിവിടെ ഇരുപത്തഞ്ചു കൊല്ലമായി പ്രാക്റ്റീസു ചെയ്യുന്നു.

ഡോക്ടറെഴുന്നേറ്റ് അലമാരയ്ക്കടുത്തേക്കു ചെന്നു.

-എന്തെങ്കിലും കഴിക്കണോ? പോർട്ട് വൈൻ ആയാലോ?

ഗ്ലാസ് ഡറാണിനു നല്കി ഡോക്ടർ വീണ്ടുമിരുന്നു. സ്കോട്ടിഷ് തുണികൊണ്ടു മൂടിയ കസേരകൾ.

-അപ്പോൾ സാലുലാഫോറേയെപ്പറ്റി പുസ്തകമെഴുതുകയാണ്. കൊള്ളാം, നല്ല കാര്യം തന്നെ.

-ഓ! ... അത് ...ഫ്രാൻസിന്റെ വിവിധ ഭാഗങ്ങളെക്കുറിച്ചുള്ള ഒരു കൈപ്പുസ്തകം.....

ഈ ചുറ്റുവട്ടത്ത്
നിനക്ക് വഴി തെറ്റാതിരിക്കാൻ

ഡോക്ടറുടെ വിശ്വാസം നേടിയെടുക്കാനുതകുന്ന മറ്റു വിവരങ്ങളും അയാൾ നല്കി.

-ഉദാഹരണത്തിന് കോൻഡി രാജകുമാരന്റെ ദുരൂഹമരണത്തെക്കുറിച്ച് ഒരധ്യായം.

-ഓ അപ്പോൾ ഞങ്ങളുടെ ഈ കൊച്ചുസ്ഥലത്തിന്റെ ചരിത്രമൊക്കെ അറിയാം.

ഡോക്ടറുടെ നീലക്കണ്ണുകൾ അയാളെ ഉറ്റുനോക്കുകയാണ്. പതിനഞ്ചു വർഷം മുമ്പ് നോക്കിയതു പോലെത്തന്നെ. തനിക്കന്ന് ഫ്ളൂ പിടിച്ചതായിരുന്നോ അതോ കടിച്ചാൽപ്പൊട്ടാത്ത പേരുള്ള മറ്റു വല്ല രോഗവും?

-എനിക്ക് വേറേയും വിവരങ്ങൾ വേണമായിരുന്നു, ചരിത്രത്തിൽ പെടാത്തവ. സ്ഥലവാസികളെ ചുറ്റിപ്പറ്റിയുള്ള സംഭവങ്ങളും മറ്റും.

ഡറാണിന് സ്വയം ആശ്ചര്യം തോന്നി, എത്ര ആത്മവിശ്വാസത്തോടെയാണ് ഈ നീണ്ട വാചകം പറഞ്ഞു തീർത്തത്.

ഡോക്ടർ ചിന്താധീനനായി, കണ്ണുകൾ കത്തിയെരിയുന്ന വിറകിൽ ഉടക്കി നിന്നു. ഓർമ പുതുക്കാനെന്ന വണ്ണം തലയിളക്കി.

-ഇവിടെ ചില കലാകാരന്മാരുണ്ടായിരുന്നു. ലാൻഡോവ്സ്കാ എന്നൊരു പിയാനിസ്റ്റ്, ഒലിവിയർ ലറോങ് കവി......

-ഇതൊക്കയൊന്ന് എഴുതിയെടുത്തോട്ടെ?

പോക്കറ്റിൽ നിന്ന് ഡോട്ട്പെന്നും കറുത്ത ചട്ടയുള്ള നോട്ടുപുസ്തകവും ഡറാൺ പുറത്തെടുത്തു. നോവൽ എഴുതാൻ തുടങ്ങിയതു മുതൽ ഈ നോട്ടുപുസ്തകം എപ്പോഴും കൈയിലുണ്ട്. നോവലിന് ആവശ്യമായേക്കാവുന്ന വിവരങ്ങളും വാചകങ്ങളും പദങ്ങളും ആ പുസ്തകത്തിലാണ് കുറിച്ചിടാറ്. അയാൾ വലിയ അക്ഷരത്തിലെഴുതി ഒലിവിയർ ലറോങ്. ഡോക്ടറെപ്പോലെ താനും അടുക്കും ചിട്ടയുമുള്ളവനാണെന്നു കാണിക്കാനാണോ.

-വളരെ നന്ദിയുണ്ട് ഡോക്ടർ.

-വേറേയും പേരുകൾ കാണും, പിന്നീട് ഓർമ വരുമായിരിക്കും.

-ഇവിടെ നടന്ന ഏതെങ്കിലും പ്രധാനപ്പെട്ട സംഭവത്തെപ്പറ്റി?

-എന്നുവെച്ചാൽ ചൂടുവാർത്തകളോ?

ഡോക്ടർക്ക് അദ്ഭുതം

-അല്ല അങ്ങനെ കൊല്ലും കൊലയുമൊന്നുമല്ല...... ഇവിടെ നടന്ന എന്തെങ്കിലും ദുരൂഹസംഭവം..... ഉദാഹരണത്തിന് ഞാൻ കേട്ടതാണ്... ഒരു വീടിനെപ്പറ്റി... ദേ മുന്നിലുള്ള വീട്.... അവിടെ പ്രത്യേക തരക്കാരാണ് താമസിച്ചിരുന്നതെന്ന്........

കണക്കുകൂട്ടിയതിനേക്കാളും വേഗത്തിൽ കേന്ദ്രബിന്ദുവിലേക്ക് നുഴഞ്ഞുകയറിയിരിക്കുന്നു.

ഡോക്ടറുടെ കണ്ണുകൾ അയാളെ ഉഴിയുന്നു. തുളച്ചുകയറുന്ന നീല ക്കണ്ണുകളിൽ ഒരല്പം സംശയം

-മുന്നിലുള്ള ഏതു വീട്?

അയ്യോ! താൻ ചോദിച്ചത് അല്പം കൂടിപ്പോയോ? പക്ഷേ എന്തിന് ഭയക്കണം? സാലുലാഫോറേയെപ്പറ്റി കൈപ്പുസ്തകം എഴുതാൻ വന്ന വനല്ലേ പിന്നെന്താ?

-ദാ ഇടതു വശത്തുള്ള ആ വീട്. വലിയ പോർട്ടിക്കോയുള്ള വീട്

-മാലഡ്രെറിയെ*പ്പറ്റിയാണോ?

ചുളുചുളെ കുത്തുന്ന വേദന. ഡറാൺ ആ പേരു മറന്നുപോയിരുന്നു, നിമിഷനേരത്തേക്ക് താനാ പൂമുഖത്തു നില്ക്കുന്നപോലെ തോന്നി.

-അതെയതെ. അതു തന്നെ മാലഡ്രെറി തന്നെ......

അല്പം അസ്വസ്ഥതയോടെ, ഭീതിയോടേയാണ് ആ പേരയാൾ ഉച്ച രിച്ചത്. മാലഡ്രെറി ഒരു ദുഃസ്വപ്നമാണെന്ന പോലെ.

-ആരാ പറഞ്ഞത് മാലഡ്രെറിയെപ്പറ്റി?

ഡറാൺ ഞെട്ടിപ്പോയി. ഡോക്ടറോട് സത്യാവസ്ഥ തുറന്നുപറ ഞ്ഞാലോ. വേണ്ട, വല്ലാതെ വൈകിപ്പോയിരിക്കുന്നു. അകത്തേക്കു കട ക്കുമ്പോൾത്തന്നെ പറയേണ്ടതായിരുന്നു. ഒരുപാടുകാലം മുമ്പ്, ഞാൻ കൊച്ചുകുട്ടിയായിരുന്നപ്പോൾ നിങ്ങളെന്നെ ചികിത്സിച്ചിട്ടുണ്ട്. വയ്യ. ഇനി യിപ്പോൾ അതൊന്നും പറയാൻ വയ്യ. താൻ ആൾമാറാട്ടക്കാരനാണെന്ന് ഡോക്ടർ കരുതിയെന്നു വരും. ആ കുട്ടി ഇന്ന് ഒരപരിചിതനാണ്, അങ്ങനെത്തന്നെ തുടരട്ടെ.

-എർമിറ്റാഷ് ഹോട്ടലിലെ ഉടമസ്ഥനാണ് പറഞ്ഞത്.

നുണയായിരുന്നു, എങ്കിലും പറഞ്ഞു നോക്കി.

അങ്ങനെയൊരു ഹോട്ടൽ ഉണ്ടായിരുന്നോ അതോ തന്റെ ഓർമ കളിൽ മാത്രം നിലനിന്നിരുന്ന ഹോട്ടലാണോ അത്?.

-ഓ എർമിറ്റാഷ് ഹോട്ടൽ.... പക്ഷേ ആ പേരൊക്കെ എന്നോ മാറി യില്ലേ....? നിങ്ങൾക്ക് സാലുലാഫോറേയെ കുറെക്കാലമായി പരിചയ മുണ്ടോ....?

ഡറാണിന് തല ചുറ്റുന്നപോലെ. കുമ്പസാരത്തിന്റെ വക്കിലെത്തി യിരിക്കുന്നു, ഇനി ജീവിതം തന്നെ മുഴുവനായും അങ്ങ് മാറിപ്പോകും. കൊടുമുടിയിലെത്തി നില്ക്കയാണ്. വഴുതി വീഴാനെന്തെളുപ്പം.

* മാലഡ്രെറി കുഷ്ഠരോഗം എന്നും അർത്ഥമുണ്ട്.

നിനക്ക് വഴി തെറ്റാതിരിക്കാൻ

മാലഡ്രെറിയിലെ തോട്ടത്തിൽ അത്തരമൊരു സ്ലൈഡ് ഉണ്ടായിരുന്നു. പണ്ടാരോ സ്ഥാപിച്ച തുരുമ്പു പിടിച്ച സ്ലൈഡ്.

-അല്ലല്ല, ഞാനിതാദ്യമായാണ് സാലുലാഫോറേയിൽ.....

പുറത്ത് ഇരുട്ടു വീഴുന്നു. ഡോക്ടർ എഴുന്നേറ്റ് ലൈറ്റിട്ടു. തീ വീശിക്കത്തിച്ചു.

-തണുപ്പുകാലം പോലുണ്ട് അല്ലേ, നെരിപ്പോടു കത്തിച്ചത് നന്നായി. ദേ കണ്ടില്ലേ കോടമഞ്ഞു പരക്കുന്നു.

ഡോക്ടർ വീണ്ടും കസേരയിൽ വന്നിരുന്നു. ഡറാണിനു നേരെ തിരിഞ്ഞ് പറഞ്ഞു

-നിങ്ങൾക്ക് ഇന്നു വരാൻ തോന്നിയത് ഏതായാലും നന്നായി. ഇന്നെനിക്ക് ഒഴിവു ദിവസമാണ്.... ഞാനീയിടെയായി വീടുസന്ദർശനത്തിന് വളരെ ചുരുക്കമായേ പോകാറുള്ളു.

അതെന്താ വീടുകളിലേക്കു പോകാറില്ലെന്നുള്ളത് തനിക്കുള്ള സൂചനയാണോ തന്നെ തിരിച്ചറിഞ്ഞെന്ന സൂചന? ഹേയ്! അങ്ങനെ വരാൻ വഴിയില്ല. പതിനഞ്ചു വർഷത്തിനിടയിൽ ഡോക്ടർ എത്രയോ വീടുകൾ സന്ദർശിച്ചിരിക്കും, ഇടനാഴിയുടെ അങ്ങേയറ്റത്തുള്ള ഈ കൊച്ചു ചേംബറിൽ വെച്ച് എത്രയോ രോഗികളെ പരിശോധിച്ചിരിക്കും. അവരുടെയൊക്കെ മുഖങ്ങൾ എങ്ങനെ ഓർത്തു വെക്കാനാകും. അന്നത്തെ ആ കുട്ടിയും ഇന്നത്തെ ഈ താനും തമ്മിലുള്ള സാദൃശ്യം എങ്ങനെ കണ്ടെടുക്കാനാകും?.

-അതു ശരിയാണ് മാലഡ്രെറിയിൽ താമസിച്ചിരുന്നത് അല്പം വ്യത്യാസപ്പെട്ടവരായിരുന്നു. പക്ഷേ അതൊക്കെ ഇനി പറഞ്ഞിട്ടെന്താ? എന്തെങ്കിലും ഗുണമുണ്ടോ?

നിരുപദ്രവകരമെന്നു തോന്നുന്ന ഈ വാക്കുകൾക്കു പിന്നിൽ എന്തൊക്കേയോ മറഞ്ഞിരിപ്പുണ്ട്. റേഡിയോയിൽ രണ്ടു ശബ്ദങ്ങൾ ഇടകലർന്നു കേൾക്കുമ്പോലെ. പതിനഞ്ചു വർഷങ്ങൾക്കുശേഷം നീയെന്തിനു സാലുലാഫോറേയിലേക്കു തിരിച്ചു വന്നു എന്ന ചോദ്യവുമുണ്ടോ കൂട്ടത്തിൽ?

ഡോക്ടർ തുടരുകയാണ്

-ഭാഗ്യം കെട്ട വീടായിരുന്നു... പേരു പോലെത്തന്നെ....

-പേരോ?

ഡോക്ടറുടെ മുഖത്ത് പുഞ്ചിരി.

-നിങ്ങൾക്കറിയില്ലേ മാലഡ്രെറി എന്ന വാക്കിന്റെയർഥം?

-ഓ! അതോ? ഉവ്വ്

ഡറാണിനറിയില്ലായിരുന്നു, പക്ഷേ അതു സമ്മതിക്കാനൊരു മടി.

-യുദ്ധത്തിനുമുമ്പ് എന്നെപ്പോലെ ഒരു ഡോക്ടറായിരുന്നു അവിടെ താമസിച്ചിരുന്നതത്രെ. പിന്നെ അയാൾ പോയി. ...ഞാനിവിടെയെത്തിയപ്പോൾ ലൂസിയെൻ എന്നൊരാളുടെ കൈവശമായിരുന്നു. അയാൾക്ക് പാരീസിൽ നൈറ്റ് ക്ലബ്ബുണ്ടായിരുന്നു..... ഒരുപാടുപേർ വന്നും പോയുമിരുന്നു. ...അപ്പോൾ മുതലാണ് അവിടെ അപരിചിതരേയും വിചിത്രതരക്കാരേയും കാണാൻ തുടങ്ങിയത്...... അമ്പതുകളുടെ അവസാനം വരെ അതു തുടർന്നു.

തന്റെ നോട്ടുബുക്കിൽ *ഡോക്ടർ പറഞ്ഞത്* എന്ന തലക്കെട്ടിനു താഴെയായി ഡറാൺ അതൊക്കെ കുറിച്ചെടുത്തു. ഇത്രയും കാലമായി താൻ മറന്നുപോയ തന്റെ കുട്ടിക്കാലത്തെക്കുറിച്ചുള്ള വിവരങ്ങൾ അവ വെളിപ്പെടുത്തിയേക്കും. ഇടയ്ക്കൊക്കെ മറവിയുടെ അഗാധതയിൽ നിന്ന് പരസ്പരബന്ധമില്ലാത്ത ഒരോർമ പൊങ്ങി വരും തണൽമരങ്ങൾ കമാനമൊരുക്കിയ നടവഴി, വെള്ളച്ചാട്ടം, ഒരു നേരിയ സുഗന്ധം, ആരുടേതാണെന്നറിയാത്ത ഒരു പേര്......

-പിന്നെയൊരു ദിവസം ലൂസിയൻ അപ്രത്യക്ഷനായി. ആ വീട് ഒരു റോജർ വിൻസെന്റ് വാങ്ങിച്ചു. എന്റെ ഓർമ ശരിയാണെങ്കിൽ അയാൾ തന്റെ അമേരിക്കൻ കൺവെർട്ടിബിൾ എന്നും വീടിനു മുന്നിൽ നിർത്തുമായിരുന്നു.

ഈ പതിനഞ്ചു വർഷങ്ങൾക്കു ശേഷം ഡറാണിന് കാറിന്റെ നിറം ഓർമയില്ല. ഇളം മഞ്ഞയോ, ഇളം തവിട്ടോ? ചുവന്ന തുകൽ സീറ്റുകളായിരുന്നു. കൺവെർട്ടിബിൾ ആണെന്ന് ഡോക്ടർക്ക് ഉറപ്പുണ്ട്. നിറവും ഉറപ്പിച്ചു പറയാനാവുമോ? ചോദിച്ചാലോ? വേണ്ട, ആ ചോദ്യം സംശയത്തിനിടയാക്കും.

-റോജർ വിൻസെന്റിന് എന്തായിരുന്നു ജോലി എന്ന് വ്യക്തമായി പറയാൻ എനിക്കാവില്ല.... ലൂസിയന്റെ ജോലി തന്നെയാവണം..... പാരീസിലേക്ക് പതിവായി പോകുന്ന നാല്പതുകാരൻ....

റോജർ വിൻസെന്റ് ഒരിക്കലും സാലുലാഫോറേയിലെ വീട്ടിൽ രാത്രി തങ്ങാറില്ലായിരുന്നു എന്നാണ് ഡറാണിന്റെ അനുമാനം. പകൽ മുഴുവനും അവിടെയുണ്ടാകും, രാത്രിയായാൽ അത്താഴം കഴിച്ച് സ്ഥലം വിടും. കൺവെർട്ടിബിൾ സ്റ്റാർട്ടു ചെയ്യുന്ന ശബ്ദം തന്റെ കിടക്കയിൽ കിടന്നുകൊണ്ടു തന്നെ ഷോണിന് കേൾക്കാമായിരുന്നു. ആനിയുടെ കാറിന്റേതു പോലല്ല, കാതടപ്പിക്കുന്ന വലിയ ശബ്ദം.

-അയാൾ പാതി അമേരിക്കനാണെന്നോ, അമേരിക്കയിൽ ഒരുപാടു കാലം താമസിച്ചവനാണെന്നോ ഒക്കെ ആളുകൾ പറയുമായിരുന്നു..... കാഴ്ചയ്ക്ക് അമേരിക്കക്കാരനെപ്പോലിരുന്നു.... വലിയ ശരീരം... ഉല്ലാസപ്രിയൻ... ഞാനും ഒരിക്കൽ ഇടപഴകി... കൈത്തണ്ടയിലെ എല്ലിനൊരു സ്ഥാനഭ്രംശം....

ഈ ചുറ്റുവട്ടത്ത്
നിനക്ക് വഴി തെറ്റാതിരിക്കാൻ

ഡറാണിന് അതൊന്നും ഓർമയിലില്ല. റോജർ വൻസെന്റിന്റെ കൈത്തണ്ടയിൽ ബാൻഡേജു കണ്ടതായി ഓർമയില്ല.

-അവിടെ മുതിർന്ന ഒരു പെൺകുട്ടിയും ഒരു കൊച്ചു ബാലനും ഉണ്ടായിരുന്നു..... അവൾ ആ കുട്ടിയുടെ അമ്മയാവാൻ വഴിയില്ല. കാരണം അവൾക്ക് അത്രയ്ക്ക് പ്രായമില്ലായിരുന്നു. ഒരു വേള മൂത്ത ചേച്ചിയായിരുന്നിരിക്കണം..... അവൾ റോജർ വിൻസെന്റിന്റെ മകളായി രിക്കാനും മതി.

റോജർ വിൻസെന്റിന്റെ മകളോ? ഇല്ല, അത്തരമൊരു ചിന്ത അയാളെ സ്പർശിച്ചിട്ടേയില്ല. റോജർ വിൻസെന്റും ആനിയും തമ്മിലുള്ള ബന്ധ മെന്താണെന്ന് അയാൾ ആരാഞ്ഞിട്ടേയില്ല. പൊതുവേ പറയാറുള്ളതാണ് കുട്ടികൾ അത്തരം ചോദ്യങ്ങൾ ചോദിക്കാറില്ലെന്ന്. അതു ശരിയാണ്. ഒരു പാടു വർഷങ്ങൾ കഴിഞ്ഞ്, പഴയകാലത്തെ കടംകഥകളുടെ കുരു ക്കഴിക്കാൻ ശ്രമിക്കുന്നു. അക്ഷരങ്ങൾ പാതിയും മാഞ്ഞുപോയ അതി പുരാതനഭാഷ വായിച്ചെടുക്കാൻ ശ്രമിക്കുന്നു. പക്ഷേ അതിന്റെ അക്ഷര മാലപോലും ശരിക്കറിയില്ലല്ലോ.

-ഒരു പാടു പേർ ആ വീട്ടിലേക്കു വരാറുണ്ടായിരുന്നു...... രാത്രികാ ലങ്ങളിൽ പുരുഷന്മാരും.....

പക്ഷേ അപ്പോഴേക്കും ഷോൺ ഉറങ്ങിക്കാണും. ഗാഢനിദ്ര ബാല്യ കാലനിദ്ര ആനിയേയും കാത്ത് ഉറക്കം വരാതെ കിടക്കുന്ന രാത്രികളി ലൊഴികെ.... വാതിലുകൾ വലിച്ചടക്കുന്നതും ആൾക്കാരുടെ ബഹളവും അവൻ കേട്ടിട്ടുണ്ട്.. പക്ഷേ പിന്നെയുടൻ ഉറങ്ങിപ്പോകും. ആരൊക്കെ യാണ് വന്നതെന്ന് അവനറിയില്ല. രാവിലെ സ്കൂളിലേക്കു പോകുമ്പോൾ വീടിനുമുന്നിൽ നിരനിരയായി കിടക്കുന്ന കാറുകൾ കാണാം. ഇടനാഴി യുടെ മറ്റേയറ്റത്താണ് ആനിയുടെ മുറി. അവളവിടെയുണ്ടാകും.

-ആരായിരുന്നു ഇവരൊക്കെ വല്ല ഊഹവുമുണ്ടോ?

-ആ വീട് ഒരിക്കൽ പൊലീസു പരിശോധിച്ചു. അതിനകം എല്ലാവരും സ്ഥലം വിട്ടിരുന്നു..... പൊലീസ് എന്നെയും ചോദ്യം ചെയ്തു. ഞാനാ യിരുന്നല്ലോ തൊട്ടടുത്ത അയൽവാസി..... റോജർ വിൻസെന്റ് ഏതോ കേസിൽ അകപ്പെട്ടത്രെ....സങ്കീർണമായ കേസായിരുന്നത്രെ.....വിശദ വിവരങ്ങൾ എനിക്കറിയില്ല... അറിയാനൊട്ടു താത്പര്യവും ഉണ്ടായിരു ന്നില്ല.

ഡോക്ടറിൽ നിന്ന് ഇതിലധികം ഡറാൺ പ്രതീക്ഷിക്കുന്നുണ്ടോ? അടഞ്ഞുകിടക്കുന്ന മുറി. അതിനകത്തു നിന്ന് വെളിയിലേക്കു വീഴുന്ന ഒരു കീറു വെളിച്ചം. അകത്ത് ആരോ ഉണ്ടെന്നു വ്യക്തം. പക്ഷേ അയാൾ ക്കതു തുറന്നു നോക്കണമെന്നില്ല. അതോ അതൊരലമാരിയാണോ? അലമാരയ്ക്കകത്തെ അസ്ഥികൂടങ്ങൾ എന്നൊരു പ്രയോഗമുണ്ടല്ലോ. സങ്കീർണമായ കേസായിരുന്നത്രെ. വേണ്ട, സങ്കീർണം എന്ന പദത്തിനു

പുറകിൽ ഒളിച്ചിരിക്കുന്നതെന്താണെന്ന് അയാൾക്കറിയേണ്ട. ചെറുപ്പം തൊട്ട് എന്നും കാണാറുള്ള ഒരു ദുഃസ്വപ്നം. ഉണർന്നെണീക്കുമ്പോൾ ഹാവൂ എന്തൊരാശ്വാസമാണ്. വൻആപത്തിൽ നിന്നു രക്ഷപ്പെട്ടപോലെ. പിന്നെപ്പിന്നെ ആ ദുഃസ്വപ്നം കുറെക്കൂടി വ്യക്തമാവാൻ തുടങ്ങി. ഗുരുതരമായ എന്തോ ഒന്നിന് താൻ കൂട്ടു നിന്നെന്നോ, ദൃക്സാക്ഷിയായെന്നോ മറ്റോ. ആരൊക്കേയോ അറസ്റ്റു ചെയ്യപ്പെട്ടു. തന്നെ ആരും തിരിച്ചറിയുകയോ കണ്ടെത്തുകയോ ചെയ്തില്ല. കുറ്റവാളികളുമായി തനിക്കും ബന്ധമുണ്ടെന്ന കാര്യം പുറത്തു വരുമെന്ന ഭീതിയോടെ, താനും ചോദ്യം ചെയ്യപ്പെടുമെന്ന ഭയത്തോടെ അവൻ ദിവസങ്ങൾ തള്ളിനീക്കി. അവൻ നിസ്സഹായനായിരുന്നു ചോദ്യങ്ങൾക്കൊന്നും അവന് ഉത്തരം പറയാനാവില്ല, കാരണം അവന് ഉത്തരങ്ങൾ അറിഞ്ഞുകൂടായിരുന്നു.

-ആ പെൺകുട്ടിയും കുഞ്ഞും?

-അവൾ അവന്റെ ചേച്ചിയാണെന്നായിരുന്നു എന്റെ അനുമാനം.

ഡറാൺ അതുകേട്ട് അദ്ഭുതം കൂറി. ചക്രവാളം എന്നെങ്കിലും തെളിയും, ജീവിതത്തിലെ ഈ നിഴലുകളൊക്കെ തുടച്ചു മാറ്റപ്പെടും. പേരിനുമാത്രമുണ്ടായിരുന്ന അച്ഛനമ്മമാർ. അയാൾക്ക് അവരെക്കുറിച്ച് ഓർമയേയില്ല. തന്നെ ഒഴിവാക്കാൻ ശ്രമിക്കുകയായിരുന്നു അവർ. സാലൂലാഫോറേയിലെ വീട്. താനെങ്ങനെ അവിടെയത്തി? നാളെ താൻ ഗവേഷണം തുടരും. ആദ്യം ആനിയുടേയും തന്റേയും ജനന സർട്ടിഫിക്കറ്റുകൾ കണ്ടുപിടിക്കണം. പകർപ്പുകൾ കണ്ടാൽ പോര. മൂലരേഖകൾ കാണണം. ജനന റജിസ്റ്റർ തപ്പിയെടുക്കണം. തന്റെ പേരിനു നേരെ, പല തവണ കുടുംബപ്പേര് തിരുത്തിയെഴുതിക്കാണുമോ?

-അവൾ പലപ്പോഴും അവിടെ ഒറ്റയ്ക്കായിരുന്നു, കൂടെ ആ കുട്ടിയും.... അവളെപ്പറ്റിയും പൊലീസ് എന്നോടു ചോദിക്കുകയുണ്ടായി.... നാട്ടുകാർ പറഞ്ഞത് അവളൊരു കാബറേ ഡാൻസറായിരുന്നു എന്നാണ്....

ശബ്ദമുണ്ടാക്കാതെ ചുണ്ടുകൾ കൊണ്ടാണ് ഡോക്ടർ കാബറേ ഡാൻസർ എന്നു പറഞ്ഞത്

-ഇതാദ്യമായാണ് ആ പഴങ്കഥളൊക്കെ ഞാനാരോടെങ്കിലും പറയുന്നത്.... എനിക്കല്ലാതെ മറ്റാർക്കും അവിടെ നടക്കുന്നതൊന്നും അറിയില്ലായിരുന്നു. ഞാനായിരുന്നല്ലോ തൊട്ടടുത്ത്. പക്ഷേ അവരാരും എന്റെ തരക്കാരായിരുന്നില്ല.

ഡോക്ടർ ചിരിച്ചു. ഒരല്പം വ്യംഗം. കലർന്ന ചിരി. ഡറാണും ചിരിച്ചു. പട്ടാളക്കാരനെപ്പോലുള്ള ശരീരം, നരച്ച ചെറുതായി വെട്ടിയ മുടി വക്രതയില്ലാത്ത നീലക്കണ്ണുകൾ. ഇയാളായിരുന്ന തങ്ങളുടെ തൊട്ടടുത്ത അയൽവാസി...

ഈ ചുറ്റുവട്ടത്ത്
നിനക്ക് വഴി തെറ്റാതിരിക്കാൻ

-ഇതൊന്നും കൈപ്പുസ്തകത്തിൽ ഉപയോഗിക്കില്ലെന്നു കരുതുന്നു.... ഇതേപ്പറ്റി കൂടുതലെന്തെങ്കിലും വേണമെങ്കിൽ പൊലീസ് രേഖകളിൽ തിരയണം. പക്ഷേ തുറന്നു ചോദിച്ചോട്ടെ, ഇതിനൊക്കെ ഇനിയെന്തു വില?

ചോദ്യം ഡറാണിനെ അമ്പരപ്പിച്ചു കളഞ്ഞു. ഡോക്ടർ തന്നെ തിരിച്ചറിഞ്ഞു കാണുമോ? ഇതിനൊക്കെ വല്ല വിലയുമുണ്ടോ എന്നു ചോദിച്ചതെന്തിന്? സ്വരത്തിൽ കനിവുണ്ടായിരുന്നു, ഒരച്ഛൻ അതല്ലെങ്കിൽ കുട്ടിക്കാലം മുതൽ തന്നെ അറിയാവുന്ന ആരോ ഗുണദോഷിക്കുമ്പോലെ.

-ഹേയ് ഇല്ലില്ല. ചോദിച്ചെന്നേയുള്ളു. സാലൂലാഫോറേയെക്കുറിച്ചുള്ള കൈപ്പുസ്തകം വളരെ ലളിതമായിരിക്കും. ഇതു വേണമെങ്കിൽ ഒരു നോവലാക്കിയെടുക്കാം.

കാൽ വഴുതിയിരിക്കുന്നു. ഇനി വീഴാനധികം സമയം വേണ്ട. സന്ദർശനത്തിന്റെ യഥാർത്ഥ കാരണം പറയാനടുത്തിരിക്കുന്നു. ഇങ്ങനെ പറഞ്ഞാലോ? ഡോക്ടർ നമുക്ക് കൺസൽട്ടിംഗ് റൂമിലേക്കു പോകാം.. മുമ്പത്തെപ്പോലെ...? അതിപ്പോഴും ഇടനാഴിയുടെ മറ്റേയറ്റത്താണോ?

-നോവലോ? .. അതിന് എല്ലാ കഥാപാത്രങ്ങളേയും പറ്റി അറിയണമല്ലോ. ഒരു പാടു പേര് വന്നും പോയുമിരുന്ന വീടാണ്..... എന്നെ ചോദ്യം ചെയ്തപ്പോൾ അവരുടെ കൈയിൽ ഒരു ലിസ്റ്റുണ്ടായിരുന്നു. അതിലുണ്ടായിരുന്ന എല്ലാവരെപ്പറ്റിയും എന്നോടു ചോദിച്ചു..... പക്ഷേ എനിക്ക് അവരെ ആരേയും പരിചയമില്ലായിരുന്നു.... എന്റെ തരക്കാരായിരുന്നില്ലല്ലോ.

ഹാ! ആ ലിസ്റ്റു കിട്ടിയിരുന്നെങ്കിൽ. അതു വഴി ആനിയെ തേടിക്കണ്ടുപിടിക്കാമായിരുന്നു. പക്ഷേ ആ ലിസ്റ്റിലുള്ളവരെല്ലാം എവിടേയോ മറഞ്ഞു പോയിരിക്കുന്നു, പേരും വീട്ടുപേരും ഒരു വേള മുഖം തന്നെയും മാറ്റിയിരിക്കും. ജീവിച്ചിരിപ്പുണ്ടെങ്കിൽ ആനിയുടെ പേരും ആനി എന്നാവാൻ വഴിയില്ല.

-പിന്നെ ആ കൊച്ച് അവനെപ്പറ്റി ഒന്നുമറിയില്ലേ?

-ഇല്ല... ഞാൻ പലപ്പോഴും ആലോചിച്ചിട്ടുണ്ട്... അവനെന്തു പറ്റിയെന്ന്.

-സ്കൂളിൽ പോയിരുന്നില്ലേ?

-ഉവ്വ് ഫോറേ സ്ട്രീറ്റിലെ സ്കൂളിൽ. ഒരിക്കൽ ഫ്ളൂ പിടിച്ച് സ്കൂളിൽ പോകാനാകാതിരുന്നപ്പോൾ ഞാൻ സ്കൂളിലേക്ക് കത്തു നല്കിയതോർമയുണ്ട്....

-സ്കൂളിൽ പോയി അന്വേഷിച്ചാൽ എന്തെങ്കിലും തുമ്പു കണ്ടു പിടിക്കാനാവില്ലെ?

-ആ സ്കൂളൊക്കെ പോയി. രണ്ടു കൊല്ലം മുമ്പ് അതൊക്കെ തട്ടി നിരത്തി. വളരെ ചെറിയ സ്കൂളായിരുന്നു....

ടാറിട്ട പ്ലേഗ്രൗണ്ടും മരങ്ങളും ഇലകൾക്കിടയിലൂടെ ഊർന്നിറങ്ങുന്ന ഉച്ചവെയിലും കറുത്ത ചരൽ വിരിച്ച മുറ്റവും. ഡറാണിന് ഓർമയുണ്ട്. അതിനായി കണ്ണടച്ച് മനസ്സിലേക്കെത്തി നോക്കണമെന്നില്ല.

-സ്കൂളില്ല. അതുപോട്ടെ. വേണമെങ്കിൽ വീടു തുറന്നു കാണിക്കാം.

വീണ്ടുമൊരു സംശയം തലപൊക്കുന്നു. ഡോക്ടർ തന്നെ തിരിച്ച റിഞ്ഞു കാണുമോ? അസാധ്യം. ഇന്നത്തെ തനിക്കും അന്നത്തെ അഞ്ചു വയസ്സുകാരനും പൊതുവായ ഒരു കണ്ണിയുമില്ല. ആനി, റോജർ വിൻ സെന്റ്, കാറുകളിലെത്തുന്ന നിശാസന്ദർശകർ, ഇവരോടൊപ്പം ആ ബാലനേയും താനെന്നോ ഉപേക്ഷിച്ചതല്ലേ? അവരൊക്കെ മുങ്ങിപ്പോയ തോണിയിലെ യാത്രക്കാരായിരുന്നില്ലേ

-ആ വീടിന്റെ താക്കോൽ എന്നെ ഏല്പിച്ചിരിക്കയാണ്. അതായത് വീട് വില്പനയ്ക്കുള്ളതാണ്. എന്റെ കക്ഷികളിലാർക്കെങ്കിലും വീടു കാണാൻ താത്പര്യമുണ്ടെന്നു വന്നാൽ... പക്ഷേ ആർക്കും വേണ്ട. എന്താ കാണണോ?

-ഇപ്പോൾ വേണ്ട. പിന്നീടൊരിക്കലാകാം.

ഡോക്ടർക്ക് നിരാശ തോന്നിയോ? അതല്ല, തന്നോട് സൊറ പറ ഞ്ഞിരിക്കാനായതിൽ ഡോക്ടർക്കും സന്തോഷം തോന്നിക്കാണും. അല്ലെങ്കിൽ മടുപ്പിക്കുന്ന അവസാനിക്കാത്ത ഉച്ചനേരങ്ങൾ തനിയെ കഴിച്ചു കൂട്ടേണ്ടി വന്നേനെ.

-ഓ വേണ്ടെന്നാണോ? ഇത് ഇവിടത്തെ ഏറ്റവും പഴക്കമുള്ള വീടു കളിലൊന്നാണ്. പേരുപോലെ പഴയൊരു കുഷ്ഠരോഗാലയമായിരുന്നു....... ഈ വിവരം കൈപ്പുസ്തകത്തിന് പ്രയോജനമാകും.

-പിന്നീടൊരിക്കലാകാം. ഞാൻ വീണ്ടും വരും, ഉറപ്പ്.

വീട്ടിനകത്തേക്കു കയറാനുള്ള ധൈര്യമില്ലായിരുന്നു അയാൾക്ക്. തനിക്കു പരിചയമുള്ള സ്ഥലം, സ്വപ്നത്തിൽ ഇടയ്ക്കിടെ കാണും. അതു മതി, അതങ്ങനെത്തന്നെ തുടരട്ടെ. സ്വപ്നവും യാഥാർത്ഥ്യവും രണ്ടും ഒന്നു തന്നെയാണ്. പക്ഷേ സ്വപ്നത്തിൽ അതിനൊരു പ്രത്യേകതയുണ്ട്. കോടമഞ്ഞാണോ അതോ കണ്ണഞ്ചിക്കുന്ന വെളിച്ചമാണോ എന്നറിയില്ല, വീടിനെ ആവരണം ചെയ്തിരിക്കും. തന്നെ സ്നേഹിച്ചിരുന്നവരെ യൊക്കെ അയാൾക്കു സ്വപ്നത്തിൽ കാണാനാകും. അവരൊക്കെ മരിച്ചു പോയെന്നുമറിയാം. തന്റെ ശബ്ദം അവരുടെ കാതുകളിൽ വീഴില്ലെന്നു മറിയാം.

-വീട്ടിനകത്തെ സാമാനങ്ങളൊക്കെ പതിനഞ്ചു വർഷം മുമ്പുള്ള താണോ?

-ഹേയ്, സാമാനങ്ങളൊന്നുമില്ല. ഒഴിഞ്ഞ മുറികൾ. പിന്നെ ആ തോട്ടം കണ്ടില്ലേ, കാടു കയറിയിരിക്കുന്നു.

തളത്തിന്റെ മറുഭാഗത്ത് ആനിയുടെ മുറി. അവിടെന്നിന്നുള്ള സംസാരവും ചിരിയുമാണ് പാതി മയക്കത്തിൽ അവൻ കേട്ടിരുന്നത്. കോളെറ്റ് ലോറെന്റും ഒപ്പമുണ്ടാവുമായിരുന്നു. ഒരു പുരുഷന്റെ ചിരിയും സംസാരവും കേട്ടതായും അവനോർക്കുന്നു. പകൽനേരത്ത് ആ വീട്ടിൽ താനൊരിക്കലും നേരിൽ കണ്ടിട്ടില്ലാത്ത ഒരു പുരുഷന്റെ ശബ്ദം. ആ വ്യക്തി അതിരാവിലെ പോകും, അവൻ സ്കൂളിലേക്കു പോകുന്നതിനു മുമ്പ്. ആ വ്യക്തി എന്നെന്നും അജ്ഞാതനായിത്തുടരും. മറ്റൊരോർമ കൂടി എത്ര അനായാസമായാണ് മനസ്സിലേക്ക് ഓടിയെത്തുന്നത്. കുട്ടിക്കാലത്ത് അർത്ഥമറിയാതെ പഠിച്ചെടുത്ത പദ്യശകലങ്ങൾ ജീവിതാന്ത്യം വരെ ആവർത്തിക്കാനാവും പോലെ. അവന്റെ മുറിയിലെ ജാലകങ്ങൾ. റോഡിലേക്കു തുറക്കുന്ന രണ്ടു ജാലകങ്ങൾ. അന്ന് റോഡ് ഇന്നത്തെപ്പോലല്ല. തണൽമരങ്ങൾ നിരന്നു നില്ക്കുന്ന റോഡായിരുന്നു. അവന്റെ മുറിയുടെ വെളുത്ത ചുമരിൽ പൂക്കളുടേയും പഴങ്ങളുടേയും ഇലകളുടേയും വർണചിത്രം. അതിനു താഴെ വെണ്ടക്കാ വലിപ്പത്തിൽ ബെല്ലാഡോണ, ഷുസ്കാമെ എന്നെഴുതിയിരുന്നു. വളരെക്കഴിഞ്ഞാണ് അവ വിഷച്ചെടികളാണെന്ന് അവൻ മനസ്സിലാക്കിയത്. കുട്ടിക്കാലത്ത് അക്ഷരങ്ങൾ വായിച്ചെടുക്കാനായിരുന്നു താത്പര്യം. അവനാദ്യം കൂട്ടിവായിച്ചെടുത്ത പദങ്ങൾ. ജാലകങ്ങൾക്കിടയിലുള്ള ചുമരിൽ മറ്റൊരു ചിത്രം കറുത്ത കാള, വിഷാദം നിറഞ്ഞ മുഖത്തോടെ അവനെ ഉറ്റുനോക്കി. ഇതിനും പേരുണ്ടായിരുന്നു. പക്ഷേ വളരെ ചെറിയ അക്ഷരങ്ങളിൽ വായിച്ചെടുക്കാൻ പ്രയാസമായിരുന്നു. ഒടുവിൽ അവനതും വായിച്ചെടുത്തു. ആനി സമ്മാനിച്ച നോട്ടുപുസ്തകത്തിൽ ഒരു വേള താനതൊക്കെ എഴുതിച്ചേർത്തു കാണും.

-വീടു പരിശോധിച്ചിട്ട് പൊലീസിനൊന്നും കിട്ടിയില്ലേ?

-എനിക്കറിഞ്ഞുകൂടാ. ഒരു പാടു ദിവസങ്ങളെടുത്തു മേലും കീഴും പരിശോധിക്കാൻ ... എന്തൊക്കേയോ ഒളിപ്പിച്ചു വെച്ചിട്ടുണ്ടെന്നായിരുന്നു ഊഹം....

-ഈ പരിശോധനകളെപ്പറ്റി പത്രവാർത്തയൊന്നും ഉണ്ടായില്ലേ?

-ഇല്ല.

അന്ന് നോവലിന്റെ മൂന്നോ നാലോ പേജുകളെ എഴുതിത്തീർത്തിരുന്നുള്ളൂ. എന്നിട്ടും ഒരു വ്യാമോഹം ഡറാണിന്റെ മനസ്സിലുടെ കടന്നുപോയി. നോവലിന്റെ കോപിറൈറ്റ് വഴി കിട്ടുന്ന പൈസ കൊണ്ട് താനീ വീടു വാങ്ങും. സ്ക്രൂഡ്രൈവറും ഹാമറും മറ്റായുധങ്ങളുമായി ആ വീടിന്റെ മുക്കും മൂലയും ദിവസങ്ങളോളം പരിശോധിക്കും. തളത്തിലേയും കിടപ്പറകളിലേയും മരച്ചട്ടങ്ങൾ വെട്ടിക്കീറും. കണ്ണാടികൾ തല്ലിയുടക്കും. രഹസ്യഅറകളും നിലവറകളും ഗോവണികളും തേടിക്കണ്ടുപിടിക്കും. എന്താണ് ആ വീട്ടിൽ ഒളിപ്പിച്ചു വെച്ചിരിക്കുന്നതെന്നറിയണമല്ലോ. അങ്ങനെ തനിക്ക് നഷ്ടപ്പെട്ടവയൊക്കെ, അവൻ

വീണ്ടെടുക്കും. ഇതുവരേക്കും ആരോടും പറയാനാകാതിരുന്ന നഷ്ട സമ്പത്ത്.

-ബസ്സിലാണോ വന്നത്?

-അതെ.

ഡോക്ടർ വാച്ചു നോക്കി.

-പാരീസിലേക്കുള്ള അവസാനത്തെ ബസ്സ് ദാസ്നിയെറിൽ നിന്ന് ഇരുപതു മിനിട്ടിനകം പുറപ്പെടും. നിർഭാഗ്യവശാൽ എനിക്ക് നിങ്ങളോടൊപ്പം പാരീസിലേക്ക് വരാനാവില്ല.

വെളിയിലിറങ്ങി. അവർ എർമിറ്റാഷ് റോഡിലൂടെ നടന്നു. തോട്ടത്തിനു ചുറ്റുമുണ്ടായിരുന്ന മതിലിനു പകരം ഒരു നീണ്ട കോൺക്രീറ്റ് കെട്ടിടം.

-എന്തൊരു മഞ്ഞാണെന്നു നോക്കണം. തണുപ്പുകാലം ഇങ്ങെത്തിയ പോലെ.

പരസ്പരം ഒന്നും ഉരിയാടാതെ അവർ നടന്നു. ഒരു പട്ടാളക്കാരനെപ്പോലെ നീണ്ടു നിവർന്നാണ് ഡോക്ടറുടെ നടപ്പ്. തന്റെ കുട്ടിക്കാലത്ത് സാലൂലാഫോറേയിലെ റോഡുകളിൽ രാത്രികാലങ്ങളിൽ മാർക്കറ്റുകളുണ്ടായിരുന്നതായി ഡറാൺ ഓർക്കുന്നില്ല. ഉവ്വ് ക്രിസ്തുമസ് കാലത്ത് മാത്രം. ഒരിക്കൽ ആനി അവനേയും കൂട്ടി പാതിരാ കുർബാനക്കു പോയപ്പോൾ കണ്ടതവനോർമയുണ്ട്. ബസ്സെത്തിയിരിക്കുന്നു. താനൊരാളേയുള്ളൂ യാത്രക്കാരനായി.

-നിങ്ങളുമായി സംസാരിച്ചിരിക്കാൻ കഴിഞ്ഞതിൽ എനിക്ക് സന്തോഷമുണ്ട്. കൈപ്പുസ്തകത്തിനെപ്പറ്റി അറിയിക്കണേ.

ബസ്സിൽ കേറാൻ സമയത്ത് ഡോക്ടർ അയാളുടെ കൈ കടന്നുപിടിച്ചു

-ഞാനൊരു കാര്യം ഓർക്കുകയായിരുന്നു.... ആ വീടും അവിടെ വരാറുണ്ടായിരുന്ന പ്രത്യേക തരക്കാരും..... ഏറ്റവും നല്ല സൂചിക എന്താണെന്നറിയാമോ അവിടെ താമസിച്ചിരുന്ന ആ കുട്ടി..... അവനെ കണ്ടെത്തണം.... എന്തേ, വിശ്വാസമാവുന്നില്ലേ?

-അതിത്തിരി പ്രയാസമുള്ള കാര്യമല്ലേ, ഡോക്ടർ?

അയാൾ ബസ്സിൽ കയറി ജനാലയിലൂടെ ഡോക്ടറെ നോക്കി. അവിടെത്തന്നെ നില്പുണ്ട്. ബസ്സു പോകാൻ കാത്തു നില്ക്കയാവും. അയാൾ കൈ വീശി.

വീണ്ടും ഓഫീസുമുറിയിൽ.. ഫോണും ആൻസറിംഗ് മെഷീനും വീണ്ടും കണക്റ്റു ചെയ്യണം. ഷാന്റാൽ ഗ്രിപ്പേ താനുമായി ബന്ധപ്പെടാൻ ശ്രമിച്ചാലോ. ഒരു വേള ഷാബോണിയേറിൽ നിന്നു തിരിച്ചെത്തിയ ശേഷം ഒട്ടോലിനി അവൾക്ക് ഒരു നിമിഷം പോലും ഒഴിവു കൊടുത്തു കാണില്ല. സ്വർണപ്പക്ഷികളുള്ള കറുത്ത സാറ്റിനുടുപ്പ് തിരിച്ചെടുക്കാൻ വന്നല്ലേ പറ്റൂ. അതവിടെ സോഫയ്ക്കു പുറകിൽ തൂങ്ങിക്കിടപ്പുണ്ട്. ചില സാധന ങ്ങളങ്ങനെയാണ് നിങ്ങളെ ഉപേക്ഷിച്ചു പോവില്ല, മരണം വരെ കൂടെ യുണ്ടാകും. തന്റെ പഴയ, നീല വോക്സ്വാഗൻ കാറു പോലെ. ഉപയോഗ ശൂന്യമായിത്തീർന്നിട്ടും അതിനെ കൈവിടാൻ അയാൾക്കു മനസ്സു വന്നില്ല. ഓരോ തവണ വീടു മാറുമ്പോഴും കാറും വീടിനു മുന്നിൽ സ്ഥാനം പിടിച്ചു. അയാൾ കൊണ്ടുപോകുന്നിടത്തൊക്കെ വിശ്വസ്തത യോടെ അതും കൂടെപോയി. എന്നോ ഒരിക്കൽ അതിന്റെ താക്കോൽ കളഞ്ഞു പോയി. പിന്നെ ഒരു ദിവസം കാറും കാണാതായി. നഗരാതിർ ത്തിക്കപ്പുറത്തുള്ള കാറുകളുടെ ശവപ്പറമ്പിലെവിടെയെങ്കിലും കിടപ്പു ണ്ടാകും.

സാലുലാഫോറേയിക്കുള്ള തിരിച്ചു വരവ്. ആ കടലാസുകൾ തപ്പി യെടുക്കണം. ശ്രമിച്ചു, പക്ഷേ ആ ശ്രമം വിഫലമായിരിക്കുന്നു. അന്നു രാത്രി അയൽപക്കത്തെ വൃക്ഷത്തിന്റെ ചാരുത നോക്കിനില്ക്കേ അയാൾ സ്വയം പറഞ്ഞു താനതു വലിച്ചു കീറിക്കാണും. ഉറപ്പാണ്. അതിനെ ത്തുടർന്നെഴുതിയ *ബ്ലോഷ് കവല* എന്ന രണ്ടാമത്തെ അധ്യായവും താൻ നോവലിൽ നിന്ന് നീക്കം ചെയ്തല്ലോ. അങ്ങനെ തുടക്കത്തിലെഴുതിയ തൊക്കെ താൻ മാറ്റിയെഴുതി. നൊമ്പരമുണർത്തുന്ന ഭാഗങ്ങളാണവ. അത്തരമൊരു തുടക്കം ശരിയാവില്ലെന്നു തോന്നി. എന്നിട്ടും നീക്കം ചെയ്ത ആ രണ്ടധ്യായങ്ങളേ ഇന്ന് തന്റെ മനസ്സിൽ ബാക്കി നില്ക്കു ന്നുള്ളൂ. നോവൽ പണിതുയർത്താനുണ്ടാക്കിയ ചട്ടക്കൂടുകളായിരുന്നു അവ. നോവൽ പൂർത്തിയായ ശേഷം അഴിച്ചു മാറ്റിയ ചട്ടക്കൂട്. ഇന്ന് ചട്ടക്കൂടു മാത്രം ബാക്കി.

ബ്ലോഷ് കവലയെക്കുറിച്ചുള്ള പത്തിരുപതു പേജുകൾ കൂസ്തൂ സ്ട്രീറ്റിലെ പതിനൊന്നാം നമ്പർ ലോഡ്ജിൽ താമസിച്ചാണ് എഴുതിയത്. ആനി കാരണമാണ് പതിനഞ്ചു വർഷങ്ങൾക്കുശേഷം അയാളാ ഭാഗത്ത്

താമസമാക്കിയത്. സാലൂലാഫോറേ വിട്ട ശേഷം അവരിരുവരും ബ്ലോഷ് ചുറ്റുവട്ടത്താണ് താമസിച്ചത്. ആനിയോടൊപ്പം നടന്നും കണ്ടും പരിചയിച്ച പരിസരങ്ങളിലേക്ക് തിരിച്ചെത്തിയാൽ നോവലെഴുത്ത് എളുപ്പമാകുമെന്ന് അയാൾ കരുതി. പക്ഷേ ആ പരിസരമൊക്കെ എത്ര മാത്രം മാറിപ്പോയിയിരിക്കുന്നുവെന്ന കാര്യം അന്നയാളുടെ ശ്രദ്ധയിൽ പെട്ടില്ല.

പിന്നെയും നാല്പതു വർഷങ്ങൾ. കാലം ഇരുപത്തൊന്നാം നൂറ്റാണ്ടിലെത്തി നില്ക്കുന്നു. ഒരുച്ചയ്ക്ക് ടാക്സി ആ പരിസരത്തു കൂടെ കടന്നു പോയി. ക്ലിഷിറോഡിനും കൂസ്തു റോഡിനുമിടയ്ക്കുള്ള തിരിവിൽ വാഹനത്തിരക്കുകാരണം കാറു നിന്നു. ക്ഷണനേരത്തേക്ക് അയാളൊന്നും കണ്ടില്ല. മറവിരോഗം ബാധിച്ചതുപോലെ. ഈ നഗരം തനിക്ക് അപരിചതമോ? പക്ഷേ അതൊന്നും അയാളെ അലോസരപ്പെടുത്തിയില്ല. കാലാകാലമായി സ്മൃതിപഥത്തിൽ പഴയൊരു ഭൂപടമുണ്ട് കെട്ടിടങ്ങളും കവലകളും ഇടവഴികളുമെല്ലാം കൃത്യമായി അടയാളപ്പെടുത്തിയ ഭൂപടം. വലതു ഭാഗത്തു കൂസ്തൂ സ്ട്രീറ്റിലെ ഗരാജ് കാണാനാകുന്നുണ്ടല്ലോ. ഡ്രൈവറോട് ടാക്സി നിറുത്തി തന്നെ ഇവിടെ ഇറക്കി വിടാൻ പറയാം. എന്നിട്ട് നാല്പതു കൊല്ലംമുമ്പ് താൻ താമസിച്ചിരുന്ന ആ പഴയ മുറിയിലേക്കു പോകാം......

അന്ന് അയാൾ താമസിച്ചിരുന്ന മുറിയുടെ മുകളിലത്തെ നിലയിൽ അഴിച്ചുപണി നടക്കുന്നുണ്ടായിരുന്നു. ലോഡ്ജ് മുറികളെ സ്റ്റൂഡിയോ അപ്പാർട്ടുമെന്റുകളായി മാറ്റാനുള്ള പരിപാടി. സദാ നേരവും ശബ്ദകോലാഹലം. അയാൾ താഴേയുള്ള കഫേയിൽ അഭയം പ്രാപിച്ചു. അവിടിരുന്നാൽ തന്റെ റൂമിന്റെ ജനാല കാണാം.

മധ്യാഹ്നനേരങ്ങളിൽ ഐറോ എന്നു പേരുള്ള ആ കഫേയിൽ ആരുമുണ്ടാവാറില്ല. മരത്തിൽ തീർത്ത മേലാപ്പും ഭിത്തിയും ജനാലയും കണ്ടാൽ കഫേയല്ല ബാറാണെന്നാണ് തോന്നുക. കഫേയുടമ തവിട്ടു നിറമുള്ള ഒരു നാല്പതുകാരൻ. കൗണ്ടറിൽ സദാ പത്രം വായിച്ചുകൊണ്ടിരിക്കും. ഉച്ചതിരിഞ്ഞാൽ കാണില്ല, പുറകിലുള്ള ചെറിയ കോണിയിലൂടെ അപ്രത്യക്ഷനാകും. ആദ്യത്തെ തവണ ചെന്നപ്പോൾ ഡറാൺ പലതവണ വിളിച്ചു നോക്കി, കഴിച്ചതിനുള്ള പൈസ കൊടുക്കാൻ. പിന്നെപ്പിന്നെ പൈസ മേശപ്പുറത്തു വെച്ചിട്ടു പോകുക പതിവായി.

ഒരുപാടു നാളുകൾ കാത്തിരിക്കേണ്ടി വന്നു, ഒന്നു മിണ്ടാൻ. അതുവരെ കഫേയുടമ ഡറാണിനെ തീരെ അവഗണിച്ചു. കോഫി ആവശ്യപ്പെട്ടാൽ കേട്ടതായി നടിക്കില്ല, പക്ഷേ കോഫീ മെഷീൻ ഓൺ ചെയ്യുന്ന ശബ്ദം കേൾക്കാം. കപ്പു മേശപ്പുറത്തു വെച്ച് ഒന്നു നോക്കുകപോലും ചെയ്യാതെ പോകും. ഡറാൺ മുറിയുടെ അറ്റത്ത് തനിച്ചിരിക്കും, സ്വയം മറക്കാൻ ശ്രമിക്കുമ്പോലെ.

ഒരു ദിവസം ഉച്ചതിരിഞ്ഞ് എഴുതിയതു തിരുത്തിക്കൊണ്ടിരിക്കേ ആഴമുള്ള ശബ്ദം കേട്ടു

-എന്താ കണക്കെഴുത്താണോ?

തല പൊക്കി നോക്കിയപ്പോൾ സിങ്കിനു പുറകിൽ നിന്ന് കഫേയുടമ പുഞ്ചിരിക്കുന്നു.

-നിങ്ങളു വരുന്ന സമയം ശരിയല്ല. ഉച്ച തിരിഞ്ഞ് ഇവിടെ ആരും വരാറില്ല.

കഫേയുടമ മേശയ്ക്കരികിൽ വന്നു. മുഖത്ത് വരണ്ട ചിരി. ഇരുന്നോട്ടെ എന്നു ചോദിച്ചുകൊണ്ട് കസേര വലിച്ചിട്ടിരുന്നു

-ആട്ടെ എന്താണെഴുതുന്നത്?

ഡറാണിന് ഉത്തരം പറയാനൊരു മടി.

-കുറ്റാന്വേഷണ നോവലാണ്. ഞാനാ മൂലയ്ക്കുള്ള ലോഡ്ജിലാണ് താമസം. അവിടെ പണി നടക്കുന്നു. ശബ്ദം കാരണം ഒന്നും എഴുതാനാവുന്നില്ല.

കഫേയുടമ അയാളെ ഗാഢമായി നോക്കുന്നു.

-ഓ ആ പഴയ പൂഷെ ലോഡ്ജിലോ? ഗരാജിനു മുന്നിലുള്ളത്?

-അതെ. നിങ്ങളോ, നിങ്ങളിവിടെ കുറെക്കാലമായോ?

അതയാളുടെ പതിവായിരുന്നു, തന്നെപ്പറ്റി സംസാരിക്കുന്നത് ഒഴിവാക്കാനായി സംഭാഷണത്തിന്റെ ദിശമാറ്റും. ഒരു ചോദ്യത്തിനു പകരം മറ്റൊരു ചോദ്യം.

-ഞാനെപ്പോഴും ഈ പരിസരത്തു തന്നെ. മുമ്പ് ഒരു ഹോട്ടലുണ്ടായിരുന്നു, ഇവിടന്നല്പം താഴെ ലാഫെറിയേ റോഡിൽ.

ലാഫെറിയേ റോഡ്! ഹൃദയമിടിപ്പേറുന്നു. സാലുലാഫോറേയിലെ വീടു വിട്ട ശേഷം ലാഫെറിയേ റോഡിലെ ഒരു മുറിയിലാണ് ആനിയും ഷോണും താമസിച്ചത്. ആനി ഇടയ്ക്കിടെ അപ്രത്യക്ഷയാകുമായിരുന്നു. അവന്റെ കൈയിൽ വീടിന്റെ ഇരട്ടത്താക്കോൽ കൊടുത്തിട്ട് ആനി പറഞ്ഞു നീ നടക്കാനോ കളിക്കാനോ പുറത്തേക്കിറങ്ങിയാൽ വഴിതെറ്റിപ്പോകരുത്. ഒരു തുണ്ടു കടലാസിൽ 6, ലാഫെറിയാ സ്ട്രീറ്റ് എന്നെഴുതി നാലായി മടക്കി അവന്റെ പോക്കറ്റിലിട്ടു കൊടുത്തു. ഡറാൺ നിർവികാരനായി പറഞ്ഞു

-അവിടെ താമസിച്ചിരുന്ന ഒരു സ്ത്രീയെ എനിക്കറിയാം. ആനി അസ്ട്രാൻഡ്.

കഫേയുടമ അവനെ ആശ്ചര്യത്തോടെ നോക്കി.

-അതൊക്കെ പത്തിരുപതു കൊല്ലം മുമ്പല്ലേ? നിങ്ങളന്ന് വളരെ ചെറിയ കുട്ടിയായിരിക്കണം.

-ഇരുപതല്ല, പതിനഞ്ച്.

-എനിക്കവളുടെ ഏട്ടനെ അറിയാമായിരുന്നു, പിയർ. ലാഫെറിയാ റോഡിലേത് പിയറുടെ വീടായിരുന്നു. ഇവിടെയടുത്തുതന്നെ അയാളുടെ ഗരാജും. പക്ഷേ കാലം കുറേയായി അയാളെപ്പറ്റി ഒരു വിവരവുമില്ല.

-അവളെ ഓർമയുണ്ടോ?

-ഏതാണ്ട്.... അവരൊക്കെ എത്രയോ മുമ്പേ ഈ ഭാഗത്തു നിന്ന് പോയി. പിയർ പറഞ്ഞാണ് അറിഞ്ഞത് പോന്ത്യൂ റോഡിൽ നൈറ്റ് ക്ലബ് നടത്തുന്ന ഒരു സ്ത്രീ അവളെ സഹായിച്ചെന്നോ രക്ഷിച്ചെന്നോ ഒക്കെ.....

ഇയാൾ ആനിയെക്കുറിച്ചാണോ പറയുന്നത്, അതോ മറ്റാരേയെങ്കിലും കുറിച്ചോ? അതെന്തായാലും ആനിയുടെ കൂട്ടുകാരി കോളെറ്റ് സാലുലാ ഫോറേയിലെ വീട്ടിൽ വരാറുണ്ടായിരുന്നു. ഷാസ് എലീസി പരിസരത്ത് സ്റ്റാമ്പുമാർക്കറ്റിനടുത്തുള്ള ഏതോ ഇടവഴിയിലേക്ക് കാറിൽ പോയതോർമയുണ്ട്. അത് പോന്ത്യൂ റോഡായിരുന്നോ? കാറിനു പിന്നിലായി വഴിവക്കത്തെ ഒരു ബെഞ്ചിൽ താനും ആനിയും കാത്തിരുന്നു.

-അവൾക്കെന്തു പറ്റി എന്നറിയാമോ?

കഫേയുടമ അയാളെ സംശയത്തോടെ വീക്ഷിച്ചു.

-ഇല്ല. പക്ഷേ നിങ്ങളെന്തിനിതൊക്കെ തെരക്കണം, സുഹൃത്താണോ?

-എന്റെ കുട്ടിക്കാലത്ത് എനിക്കവരെ അറിയാം

-അങ്ങനെയാണെങ്കിൽ ശരി...

അയാളുടെ മുഖത്ത് വീണ്ടും ചിരി പരന്നു.

-പിയർ എപ്പഴോ പറഞ്ഞതാണ്. അവൾക്കെന്തൊക്കേയോ പ്രശ്നങ്ങളുണ്ടായിരുന്നെന്നും, ജയിലിലായിരുന്നുവെന്നുമൊക്കെ.....

കഴിഞ്ഞ മാസം രാത്രി തമ്മിൽ കണ്ടപ്പോൾ ലാറയും അതു തന്നെയാണ് പറഞ്ഞത്. *അവൾ ജയിലിലായിരുന്നു.* പക്ഷേ രണ്ടു പേരുടേയും സ്വരത്തിന് എന്തു മാത്രം അന്തരം. ലാറയുടേതിൽ അകൽച്ചയും അവജ്ഞയും. തനിക്കിഷ്ടമില്ലാത്ത ഒരു വ്യക്തിയെപ്പറ്റി സംസാരിക്കാൻ നിർബന്ധിതനായപോലെ. പക്ഷേ കഫേയുടമയുടെ സ്വരത്തിൽ അടുപ്പം, അനുതാപം. ആനിയുടെ സഹോദരനെ അറിയാവുന്നതു കൊണ്ടാവാം. പിന്നെ ജയിലിൽ പോകുന്നത് സർവസാധാരണമെന്ന മട്ട്. കഫേയുടമ വിവരിച്ചു രാത്രി പതിനൊന്നു മണി കഴിഞ്ഞെത്തുന്ന ചില കസ്റ്റമേഴ്സ് കുഴപ്പക്കാരാണ്..

ജീവിച്ചിരിപ്പുണ്ടെങ്കിൽ ആനി തീർച്ചയായും ഇതിനൊക്കെ വിശദീകരണം നല്കുമായിരുന്നു എന്ന് അന്നു തോന്നി. പിന്നീട് പുസ്തകം പ്രസിദ്ധീകരിച്ചശേഷം ആനിയെ നേരിൽ കാണാനിട വന്നപ്പോൾ

അയാളിതേപ്പറ്റിയൊന്നും ചോദിച്ചതേയില്ല. മറുപടി കിട്ടില്ലെന്നതു വ്യക്തമായിരുന്നു. ലാഫെരിയാ റോഡിലെ ഒറ്റമുറി വീടിനെപ്പറ്റിയോ, അഡ്രസ്സെഴുതി നാലായി മടക്കി തന്റെ പോക്കലിട്ടു തന്ന കടലാസു കഷണത്തെപ്പറ്റിയോ അയാൾ ഓർമിപ്പിച്ചതുമില്ല. ആ കടലാസുകഷണം കൈമോശം വന്നു. ഇനിയഥവാ പതിനഞ്ചു വർഷം സൂക്ഷിച്ചു വെച്ച് അവളെ കാണിച്ചിരുന്നെങ്കിലും മറുപടി ഇതാവുമായിരുന്നു എന്റെ പൊന്നു ഷോൺ ഇതെന്റെ കൈപ്പടയേ അല്ല.

ജയിൽ വാസത്തിന്റെ യഥാർത്ഥ കാരണം കഫേയുടമയ്ക്കറിയില്ല. പിയർ വിവരങ്ങളൊന്നും പറഞ്ഞില്ല. പക്ഷേ ഡറാണിന് ചിലതൊക്കെ ഓർമയുണ്ട്. സാലൂലാഫോറേയിലെ വീടു വിടുന്നതിന്റെ തലേന്ന് ആനി വളരെയധികം അസ്വസ്ഥയായിരുന്നു. സ്കൂളിൽ നിന്ന് അവനെ കൂട്ടിക്കൊണ്ടുവരാൻ ഒരിക്കലും മറക്കാതിരുന്ന ആനി അന്നതു മറന്നു. അവൻ തനിച്ചാണ് വീട്ടിലേക്കു തിരിച്ചു വന്നത്. അവന് പ്രയാസമൊന്നും തോന്നിയില്ല. എളുപ്പമായിരുന്നു, നേരേ മുന്നിലുള്ള റോഡിലൂടെ ഇടം വലം തിരിയാതെ നടന്നാൽ മതി. വീട്ടിലെത്തിയപ്പോൾ ആനി തളത്തിലുണ്ട്, ആരോടോ ഫോണിൽ സംസാരിക്കുന്നു. അവനെ നോക്കി കൈയൊന്നു വീശി സംസാരം തുടർന്നു. രാത്രി അവനെ സ്വന്തം മുറിയിലേക്കു കൂട്ടിക്കൊണ്ടു പോയി. കട്ടിലിൽ വസ്ത്രങ്ങൾ നിറച്ച ഒരു സൂട്ട് കേസ്. തന്നെ ഈ വീട്ടിൽ തനിച്ചാക്കി ആനി പൊയ്ക്കളയുമോ എന്നവൻ ഭയന്നു. ആനി സമാധാനിപ്പിച്ചു. നാളെ അവരിരുവരും പാരീസിലേക്കു പോവുകയാണെന്ന്.

രാത്രി ആനിയുടെ മുറിയിൽ നിന്ന് ആരുടെയൊക്കേയോ ശബ്ദങ്ങൾ. റോജർ വിൻസെന്റിന്റെ ശബ്ദം അവൻ തിരിച്ചറിഞ്ഞു. കുറച്ചു കഴിഞ്ഞ് ഒരു മുരളിച്ചയോടെ അമേരിക്കൻ ജീപ്പ് പുറപ്പെട്ടു പോകുന്ന ശബ്ദവും കേട്ടു. പിന്നെ അവൻ ഉറങ്ങിപ്പോയി.

ഒരു ദിവസം വൈകിട്ട് രണ്ടോ മൂന്നോ പേജുകളെഴുതിയ ശേഷം അയാൾ കഫേയിൽ നിന്നിറങ്ങി. പതിനഞ്ചുകൊല്ലം മുമ്പ് ആനിയുടെ അസാന്നിധ്യത്തിൽ താൻ നടന്നുപോയ വഴികൾ ഏതൊക്കെയാവാം? അധികം ദൂരമൊന്നും പോയിരിക്കാനിടയില്ല. ആനി ഒരു കൊച്ചുകുട്ടിയെ ഈ പരിസരത്ത് അലഞ്ഞു തിരിയാൻ അനുവദിച്ചെന്നോ?. വിശ്വസിക്കാനാകുന്നില്ല. പക്ഷേ സ്വന്തം കൈപ്പടയിൽ അഡ്രസ്സെഴുതി നാലായി മടക്കിയ കടലാസ് അതിനു തെളിവല്ലേ? ആ വിവരം അയാളുടെ മനസ്സ് കെട്ടിച്ചമച്ചതല്ല.

നേർരേഖ പോലുള്ള ഏതോ ഒരു റോഡിലൂടെ നടന്നതോർമയുണ്ട്. അവിടെനിന്നു നോക്കിയാൽ മൂലാറോഷ് കാണാമായിരുന്നു. അതിനപ്പുറം പോകാൻ അവൻ ധൈര്യപ്പെട്ടില്ല. വഴിതെറ്റിയാലോ. അതായത് ഇപ്പോ നില്ക്കുന്നതിന് ഏതാനും ചുവടുകളപ്പുറം വരെ എത്തിയിരിക്കും.

അയാൾക്ക് വിചിത്രമായിത്തോന്നി. കാലം നിലച്ചുപോയോ? പതിനഞ്ചു കൊല്ലം മുമ്പ് താനീ വഴിയിലൂടെ തനിച്ചു നടന്നു, അന്ന് വേനൽക്കാലമായിരുന്നു ജൂലൈ മാസം. ഇന്ന് ഡിസംബർ മാസം, തണുപ്പുകാലം. സാധാരണ നന്നായി ഇരുട്ടിക്കഴിഞ്ഞശേഷമാണ് ഐറോ കഫേയിൽ നിന്ന് പുറത്തിറങ്ങാറ്. ഇന്ന് കുറേ നേരത്തേയിറങ്ങി. പക്ഷേ പൊടുന്നനെ വർഷങ്ങളും ഋതുക്കളും ആകെ കുഴഞ്ഞുമറിഞ്ഞ പോലെ. അയാൾ ലാഫെറിയാ റോഡിലേക്കു നടക്കാൻ തീരുമാനിച്ചു. ആ പഴയ റൂട്ടു തന്നെ, നേരേ മുന്നിലുള്ള നേർരേഖപോലുള്ള റോഡ്. റോഡു കുത്തനേ, താഴെക്കിറങ്ങുകയാണ്, ഒപ്പം കാലവും പുറകോട്ടു പോകയാണോ? ഈ ചെരിവിറങ്ങി ഫോൺടെൻ റോഡിലെത്തുമ്പോൾ നേരം വെളുത്തിരിക്കും, ജൂലൈ മാസത്തിലെ സൂര്യൻ പ്രകാശം ചൊരിയുന്നുണ്ടാവുമെന്നൊരു തോന്നൽ. ആനി വെറും അഡ്രസ്സു മാത്രമല്ല കടലാസിൽ കുറിച്ചിട്ടത്. *നിനക്ക് വഴിതെറ്റാതിരിക്കാൻ* എന്നും വലിയ അക്ഷരങ്ങളിൽ എഴുതിയിരുന്നു, പഴയ ഫ്രഞ്ചു ലിപിയിൽ. സാലുലാഫോറേ സ്കൂളിൽ അവനെ പഠിപ്പിച്ച പരിഷ്കരിച്ച ലിപിയല്ല.

കുറച്ചുകൂടെ താഴെ, ഇടതുഭാഗത്ത് നോത്ര്ദാം ലോറെറ്റ് സ്ട്രീറ്റ്. അതും കുത്തനെയാണ്. വഴുതി നീങ്ങാൻ അറിയാഞ്ഞിട്ടല്ല... ഒരു രാത്രി അവർ രണ്ടുപേരും കൂടി ഇതിലേ വന്നു. ട്രെയിൻ യാത്രയുടെ തലേന്ന്. അവന്റെ കഴുത്തിനു പിറകിലോ ശിരസ്സിലോ കൈവെച്ച് ആനി അവനെ ചേർത്തു പിടിച്ചു നടന്നു. സെമിത്തെരിയുടെ മുകളിലുള്ള പാലത്തിനപ്പുറത്ത് എവിടെ നിന്നോ ആണ് അവർ നടന്നു വന്നത്. വഴിക്ക് അവർ ഒരു കെട്ടിടത്തിലേക്കു കയറി. റോജർ വിൻസെന്റ് തളത്തിലെ കസേരയിൽ അവരേയും കാത്തിരിപ്പുണ്ടായിരുന്നു. അവരും അയാളോടൊപ്പമിരുന്നു. ആനിയും റോജർ വിൻസെന്റും എന്തൊക്കേയോ സംസാരിച്ചു. അവൻ കൂടെയുള്ള കാര്യമേ അവർ മറന്നുപോയിരുന്നു. അവരു പറയുന്നതൊന്നും അവനു മനസ്സിലായില്ല. അവർ വളരെ താണ ശബ്ദത്തിലാണ് സംസാരിച്ചത്. റോജർ വിൻസെന്റ് പല പ്രാവശ്യം പറയുന്നതു കേട്ടു. ആനി കാറ് ഗരാജിൽ ഉപേക്ഷിച്ച് ട്രെയിനിൽ പോകണമെന്ന്. അതു സമ്മതമല്ലായിരുന്നെങ്കിലും ആനി പറഞ്ഞു, അതെ നിങ്ങളു പറയുന്നതാണ് ശരി. അതാവും കൂടുതൽ സുരക്ഷിതം. റോജർ വിൻസെന്റ് അവന്റെ നേരെ നോക്കി പുഞ്ചിരിയോടെ പറഞ്ഞു, ദാ ഇത് നിനക്ക്. നിന്റെ പാസ്പോർട്ട്. ഒരു കൊച്ചു പുസ്തകം. പുറംചട്ടയ്ക്ക് കടലിന്റെ കടുത്ത നീലിമ.. തന്റെ ഫോട്ടോ അവൻ തിരിച്ചറിഞ്ഞു. അന്ന് സ്റ്റുഡിയോവിൽ വെച്ചെടുത്ത ഫോട്ടോ. പൊടുന്നനെയുണ്ടായ ഉജ്ജ്വല പ്രകാശത്തിൽ താൻ കണ്ണുകളടച്ചത് അവനോർത്തു. അവന് വായിക്കാനറിയാമായിരുന്നു. ഒന്നാമത്തെ പേജിൽ പേരും ജനനത്തിയതിയുമുണ്ട്. പക്ഷേ കുടുംബപ്പേര് അതല്ലല്ലോ. അസ്ട്രാൻഡ് എന്നല്ലല്ലോ തന്റെ കുടുംബപ്പേര്. റോജർ വിൻസെന്റ് ക്ഷമയോടെ, കാര്യഗൗരവത്തോടെ അവന്

പറഞ്ഞു മനസ്സിലാക്കിക്കൊടുത്തു. കൂടെയുള്ള വ്യക്തിയുടെ കുടുംബപ്പേരു തന്നെ വേണം നിനക്കും. അത്രയും കേട്ടാൽ മതിയായിരുന്നു അവന്.

തിരിച്ച് റൂമിലേക്കു നടക്കുമ്പോൾ അവരിരുവരും റോഡിനെ പകുക്കുന്ന നടുവരമ്പിലൂടെയാണ് നടന്നത്. മൂലാറൂഷ് കഴിഞ്ഞുള്ള ചെറിയ ഇടവഴിയിലൂടെ ഗരാജിനു മുന്നിലെത്തി. ചായ്പിനകത്ത് പെട്രോളിന്റെയും ഡീസലിന്റെയും മണം. പുറകിലത്തെ ഗ്ലാസ് കാബിനകത്ത് മേശയ്ക്കു പുറകിലായി ഒരു ചെറുപ്പക്കാരൻ നില്ക്കുന്നു. സാലൂലാഫോറേയിലെ വീട്ടിൽ വരാറുണ്ടായിരുന്ന, തന്നെ സർക്കസു കാണാൻ കൂട്ടിക്കൊണ്ടു പോയ അതേ ചെറുപ്പക്കാരൻ. ആനിയുടെ സഹോദരൻ. ആനിയും പിയറും ആനിയുടെ കാറിനെപ്പറ്റിയാണ് സംസാരിച്ചത്. അതവിടെ ചുമരിനോടു ചേർത്ത് പാർക്കു ചെയ്തിട്ടിരുന്നു.

ഗരാജിൽ നിന്ന് പുറത്തിറങ്ങിയപ്പോൾ ഇരുട്ടിയിരുന്നു. ഗരാജിന്റെ നിയോൺ നെയിംബോർഡ് വായിക്കണമെന്നുണ്ടായിരുന്നു അവന് ഗ്രാൻഡ് ഗരാജ്, ബ്ലോഷ് കവല. പതിനഞ്ചു വർഷങ്ങൾക്കു ശേഷം അയാളതു പന്നെയും വായിക്കുകയുണ്ടായി. കൂസ്തു റോഡിലെ ലോഡ്ജിൽ തന്റെ മുറിയിലെ ജാലകത്തിൽ ചാരി നിന്നുകൊണ്ട്. മുറിക്കകത്തെ വിളക്കണച്ച് ഉറങ്ങാൻ കിടക്കുമ്പോൾ എതിർവശത്തെ ചുമരിൽ നിയോൺ നെയിംബോർഡ് വർണനിഴലുകൾ കൊണ്ട് ചിത്രം വരച്ചു. അയാളെന്നും നേരത്തേ ഉറങ്ങാൻ കിടന്നു, രാവിലെ ഏഴുമണിക്ക് എഴുന്നേൽക്കുകയും ചെയ്തു. കാരണം രാവിലെ നേരത്തെ പണിക്കാർ വന്ന് ശബ്ദമുണ്ടാക്കുമല്ലോ. രാത്രി ഉറങ്ങാനായില്ലെങ്കിൽ പിന്നെ ഒന്നും എഴുതാനാവില്ല. അന്ന് പാതിയുറക്കത്തിൽ ആനിയുടെ ശബ്ദം കേട്ടു. അത് അകന്നകന്നു പോവുകയാണ്.... ഏതാണ്ടിത്രയേ അയാൾക്കു കേൾക്കാനായുള്ളൂ *നിനക്ക് വഴിതെറ്റാതിരിക്കാൻ.*

രാവിലെ എഴുന്നേറ്റപ്പോൾ അയാളോർത്തു. ആ റോഡു മുറിച്ചു കടക്കാൻ പതിനഞ്ചു വർഷങ്ങളെടുത്തെന്നോ?

കഴിഞ്ഞ വർഷം. തിയതി അയാൾ തന്റെ നോട്ടുബുക്കിൽ കുറിച്ചിട്ടിട്ടുണ്ട്. ഡിസമ്പർ 4, 2012. അയാൾ ടാക്സി ഡ്രൈവറോടു പറഞ്ഞു കൂസ്തൂ റോഡിലേക്കു തിരിയാൻ. ഗരാജിന്റെ ബോർഡ് കണ്ടെന്നു തോന്നിയത് തെറ്റായിരുന്നു. അവിടെ ഗരാജില്ല. തൊട്ടടുത്തുണ്ടായിരുന്ന നിയോങ് ബാറും ഇല്ല. നിയോങിന് കറുത്ത മരവാതിൽ ഉണ്ടായിരുന്നു. റോഡിന്റെ ഇരുവശങ്ങളിലും പുതുതെന്നു തോന്നിക്കുന്ന കെട്ടിടങ്ങൾ. വെളുത്ത പ്ലാസ്റ്റിക് ഇമൾഷൻ പൂശി പുറമേയുള്ള പഴയ കറകളും വിള്ളലുകളും മൂടിമറച്ചിരിക്കയാണ്. അകം വെറും പൊള്ള. അവ നികത്തിയെടുക്കാൻ കരകൗശലവിദഗ്ധർ തന്നെ വേണം.

പൂഷേ സ്ട്രീറ്റ്. ഐറോ കഫേയുടെ വർണച്ചില്ലു ജാലകത്തിനു പകരം വെള്ളച്ചായമടിച്ച ഭിത്തി. അനന്തവിസ്മൃതിയുടെ പ്രതീകമായ ശുഭ്രനിറം.

നാല്പതിലധികം കൊല്ലങ്ങളായി. താനും എല്ലാം മറന്നില്ലേ? ആദ്യ നോവലെഴുതിയ ആ വേനൽക്കാലവും അതിനും പതിനഞ്ചു വർഷം മുമ്പ് ആ പരിസരത്തൊക്കെ ഒറ്റയ്ക്ക് ചുറ്റി നടന്നതും? അന്ന് പോക്കറ്റിൽ നാലായി മടക്കിയ കടലാസുണ്ടായിരുന്നു വഴി തെറ്റാതിരിക്കാൻ.

അന്നു രാത്രി ഗരാജിൽനിന്നു പുറത്തു കടന്നശേഷം മറുവശത്തേക്ക് മുറിച്ചു കടക്കുന്നതിനു മുമ്പ് നിയോങ് കടന്നുപോയതോർമയുണ്ട്. പതിനഞ്ചു കൊല്ലത്തിനുശേഷവും നിയോങ് അവിടുണ്ടായിരുന്നു. അകത്തേക്ക് കടക്കണമെന്ന് തോന്നിയില്ല. തമോദ്വാരത്തിലേക്കു കടക്കുന്ന പോലിരിക്കും. മാത്രമല്ല ആരും അതിനകത്തേക്കു പോകുന്നതു കണ്ടില്ല. അയാൾ കഫേയുടമയോടു ചോദിച്ചു, എന്താണവിടെ നടക്കുന്നതെന്ന്.

-അവിടെയായിരുന്നു പിയറിന്റെ അനിയത്തിയുടെ അരങ്ങേറ്റമുണ്ടായതെന്നു തോന്നുന്നു. പതിനാറു വയസ്സിൽ... കാബറേയും സ്ട്രിപ്പിംഗും, കായികാഭ്യാസങ്ങളും....

അന്നു രാത്രി ഗരാജിൽനിന്നു തിരിച്ചുവരുമ്പോൾ ആനി അവിടേക്ക്, താൻ ആദ്യമായി അരങ്ങേറ്റം നടത്തിയ സ്ഥലത്തേക്ക് ഒളികണ്ണിട്ടൊന്ന് നോക്കിയോ?

റോഡു മുറിച്ചുകടക്കുമ്പോൾ ആനി അവന്റെ കൈ പിടിച്ചിരുന്നു. അന്നാദ്യമായാണ് പാരീസ് നഗരത്തിന്റെ രാപ്പൊലിമ അവൻ കാണുന്നത്. പകൽനേരങ്ങളിൽ അവൻ തനിച്ചു നടക്കാറുള്ള ഫോൺടേൻ റോഡിലൂടെയല്ല അവർ പോയത്. അവൾ ശ്രദ്ധാപൂർവ്വം അവനെ വഴിനടത്തി. പതിനഞ്ചുകൊല്ലങ്ങൾക്കു ശേഷം അയാൾ അതേ നടപ്പാതയിലൂടെയാണ് പോകുന്നത്. ശൈത്യകാലം. മൈതാനത്ത് വർണശബളമായ ക്രിസ്തുമസ് കടകൾ ഉയർന്നു വന്നിരിക്കുന്നു. അയാൾക്ക് നിയോൺ വിളക്കുകളിൽനിന്ന് കണ്ണെടുക്കാനാകുന്നില്ല. അവയിൽ നിന്നുള്ള അടയാളവാക്കുകൾ മങ്ങിമങ്ങിപ്പോകുന്നു. ആനിയുമൊത്തു ഈ പരിസരത്തു ചിലവിട്ട ആ വേനൽക്കാലത്തിന്റെ ബാക്കിയാണിതെല്ലാം. ഇവയൊക്കെ അവസാനമായി മിന്നിനില്ക്കുകയാണ്. അവരെത്ര കാലം ഇവിടെ താമസിച്ചു? മാസങ്ങൾ, വർഷങ്ങൾ...? നീണ്ടു നീണ്ടു പോകുന്ന സ്വപ്നങ്ങൾ. ഉണർന്നെണീക്കുമ്പോൾ ഒരു ഞെട്ടലോടെ ബോധ്യമാകുന്നു ഏതാനും നിമിഷങ്ങളുടെ ദൈർഘ്യമേ ഉണ്ടായിരുന്നുള്ളുവെന്ന്.

ലാഫെറിയാ സ്ട്രീറ്റ്- ആനിയുടെ പിടി മുറുകുന്നത് അവനറിയുന്നു. കൊച്ചു കുട്ടിയാണ് പിടിവിട്ട് ഓടിയാലോ, വല്ല അപകടവും സംഭവിച്ചാലോ എന്നു കരുതിയാണോ. റൂമിലേക്കുള്ള പടികൾ കയറുമ്പോൾ

ഈ ചുറ്റുവട്ടത്ത്
നിനക്ക് വഴി തെറ്റാതിരിക്കാൻ

അവൾ ചൂണ്ടുവിരൽ ചുണ്ടുകളിലമർത്തി ശബ്ദമുണ്ടാക്കാതിരിക്കാൻ ആംഗ്യം കാണിച്ചു.

അന്നു രാത്രി അവൻ പലതവണ ഉണർന്നു. അവൻ സോഫയിലാണ് കിടന്നത് ആനി കട്ടിലിലും. രണ്ടുപേരുടേയും സൂട്ട്കേസുകളും കട്ടിലിന്റെ ഒരറ്റത്തേക്ക് നീക്കി വെച്ചിരുന്നു. ആനിയുടേത് തുകൽ, അവന്റെത് ചെറിയ തകരപ്പെട്ടി. രാത്രി പല പ്രാവശ്യം ആനി മുറിയിൽ നിന്നെഴുന്നേറ്റു പോയി. അടുത്ത മുറിയിൽ ആരോടോ സംസാരിക്കുന്നതു കേട്ടു. പിയറായിരുന്നിരിക്കണം. അവൻ ഉറങ്ങിപ്പോയി. പിറ്റേന്ന് അതിരാവിലെ ആനി നെറ്റിയിൽ തലോടി അവനെ ഉണർത്തി. പിയറിനോടൊപ്പം ഒരു മേശയ്ക്കു ചുറ്റുമിരുന്ന് അവർ പ്രാതൽ കഴിച്ചു. ആനി പരിഭ്രമത്തോടെ ഹാൻഡ് ബാഗിനകത്ത് പരതുന്നതു കണ്ടു. റോജർ വിൻസെന്റ് തലേന്നു കൊടുത്ത നീലപ്പുസ്തകം അവന്റെ, ഷോൺ അസ്ട്രാൻഡിന്റെ പാസ്പോർട്ട് കാണാനില്ലത്രെ. പിന്നെ കിട്ടി. ബാഗിൽത്തന്നെ ഉണ്ടായിരുന്നു.

വളരെ പിന്നീട് കൂസ്തൂ റോഡിലെ ലോഡ്ജിലിരുന്ന് അയാളാലോചിച്ചെടുക്കാൻ ശ്രമിക്കും. എപ്പോഴാണ് അത് നഷ്ടപ്പെട്ടത്. കൗമാരത്തിലേക്കു കാലു കുത്തിയ നാളുകളിൽ ആദ്യത്തെ ബോർഡിംഗ് സ്കൂളിൽ നിന്ന് തന്നെ പുറത്താക്കിയ സമയത്ത്.....

ആനിയുടെ സഹോദരനാണ് അവരെ കാറിൽ സ്റ്റേഷനിലേക്കു കൊണ്ടുപോയത്. സ്റ്റേഷനു പുറത്തുള്ള നടപ്പാതയിലും അകത്ത് പ്ലാറ്റ്ഫോമിലും വല്ലാത്ത തിരക്ക്. നടക്കാനെന്തു ബുദ്ധിമുട്ടായിരുന്നു. പിയറാണ് സൂട്ട്കേസുകളൊക്കെ ചുമന്നത്. വേനലവധി തുടങ്ങുന്ന ദിവസമായിരുന്നതുകൊണ്ടാണ് ഇത്രയും തിരക്കെന്ന് ആനി പറഞ്ഞു. ആനി ടിക്കറ്റെടുക്കാൻ പോയി. അവൻ ആനിയുടെ സഹോദരനോടൊപ്പം കാത്തു നിന്നു. സൂക്ഷിച്ചു നിൽക്കണമായിരുന്നു, സാമാനങ്ങളും സാമാനവണ്ടികളും, കാലിലൂടെ കയറാതിരക്കാൻ ശ്രദ്ധിക്കണം. വല്ലാതെ വൈകിയിരുന്നു. അതുകൊണ്ട് ഓടേണ്ടി വന്നു. തിരക്കിൽ അവൻ കൈവിട്ടുപോകാതിരിക്കാൻ ആനി മുറുക്കിപ്പിടിച്ചിരുന്നു, പിയർ സാധനങ്ങളുമായി പുറകേയും. അവർ കമ്പാർട്ടുമെന്റിൽ കയറി. എന്തൊരു തിരക്ക്. ആനിയുടെ സഹോദരൻ പെട്ടികളൊക്കെ വാതിലിനടുത്തു വെച്ചു. എന്നിട്ട് അവനോടു പറഞ്ഞു, *ഓർമ വേണം നിന്റെ പേര് ഷോൺ അസ്ട്രാൻഡ് എന്നാണ്. അസ്ട്രാൻഡ്.* ട്രെയിൻ നീങ്ങാൻ തുടങ്ങി. ആനിയെ ധൃതിയിൽ ചുംബിച്ച് പിയർ പ്ലാറ്റ്ഫോമിലേക്ക് ചാടിയിറങ്ങി കൈവീശി.

ഒരു സീറ്റ് ഒഴിഞ്ഞുകിടപ്പുണ്ടായിരുന്നു. നീ അവിടെ ചെന്നിരിക്ക്, ഞാനിവിടെ നിന്നോളാം ആനി അവനോട് പറഞ്ഞു. ആനിയിൽ നിന്നകന്നിരിക്കാൻ അവന് ഒട്ടും മനസ്സില്ലായിരുന്നു. ആനി അവന്റെ തോളിൽ

പിടിച്ച് മുന്നോട്ടു തള്ളി. ആനി തന്നെ വിട്ടു പോയാലോ എന്നായിരുന്നു അവന്റെ പേടി. പക്ഷേ സീറ്റിലിരുന്നാലും അവന് ആനിയെ കാണാമായിരുന്നു. ആനി വാതിക്കൽത്തന്നെ നിന്നു. ഇടയ്ക്കിടെ തലതിരിച്ച് അവനെ നോക്കി പുഞ്ചിരിച്ചു. വെള്ളിനിറമുള്ള സിഗരറ്റുലൈറ്റർ ഉപയോഗിച്ച് സിഗരറ്റു കത്തിച്ചു. ജനാലയിൽ നെറ്റിയമർത്തി നിന്ന് പുറംകാഴ്ചകൾ കണ്ടു. മറ്റുള്ളവരുടെ നേരെ നോക്കാതെ അവൻ തല താഴ്ത്തിയിരുന്നു. അവരെന്തെങ്കിലും ചോദിച്ചാലോ എന്നായിരുന്നു അവന്റെ പേടി. മുതിർന്നവർ അങ്ങനെയാണ്, കുട്ടികളെ തനിച്ചു കണ്ടാൽ മതി ചോദ്യം ചെയ്യാൻ തുടങ്ങും. സൂട്ട്കേസുകൾ വെച്ചയിടത്തു തന്നെയുണ്ടാവുമോ എന്ന് ആനിയോടു ചെന്നു തിരക്കണമെന്ന് അവന് തോന്നി. ആരെങ്കിലും മോഷ്ടിച്ചാലോ. കുറച്ചു നേരം കഴിഞ്ഞ് ആനി അവനെ വിളിച്ചു. വരൂ നമുക്ക് ഡൈനിംഗ് കാറിലേക്കു പോകാം. അവിടെ നമുക്ക് ഒന്നിച്ചിരിക്കാനാകും. യാത്രക്കാരൊക്കെ തങ്ങളെ രണ്ടുപേരേയും ശ്രദ്ധിക്കുന്നതായി അവനു തോന്നി. ഒരു പഴയ ചലച്ചിത്രത്തിന്റെ തേഞ്ഞുമാഞ്ഞ റീലിൽ നിന്നെന്നപോലെ അവ്യക്തമായ ചിത്രങ്ങൾ.

കമ്പാർട്ടുമെന്റുകളുടെ ഇടനാഴിയിലൂടെ നടന്നു വേണം ഡൈനിംഗ് കാറിലെത്താൻ അവന്റെ തോളിലോ കൈയിലോ അവൾ മുറുകെ പിടിച്ചിട്ടുണ്ട്. ഒരു കമ്പാർട്ടുമെന്റിൽ നിന്ന് മറ്റൊന്നിലേക്കു കടക്കുമ്പോൾ അവന് വല്ലാതെ പേടിയാകുന്നുണ്ട്. എന്തൊരു കാറ്റ്, വീണുപോകാനിടയുണ്ട്. അവന് ബാലൻസു തെറ്റാതിരിക്കാൻ ആനി പിടുത്തം മുറുക്കുന്നു. ഡൈനിംഗ് കാറിൽ അവർ മുഖാമുഖം ഇരുന്നു. നല്ലകാലം അവർക്കായൊരു മേശ കിട്ടി. അവന്റെ കവിളിൽ തലോടി ആനി പറഞ്ഞു നമുക്കിവിടിരിക്കാം, ആരും ശല്യം ചെയ്യാൻ വന്നില്ലെങ്കിൽ യാത്രയുടെ അവസാനം വരെ ഇവിടെത്തന്നെ ഇരിക്കാം. അവന് സൂട്ട്കേസുകളെപ്പറ്റിയാണ് വേവലാതി. അത് നഷ്ടപ്പെട്ടാലോ ഇതിനകം ആരെങ്കിലും മോഷ്ടിച്ചു കാണില്ലെന്നെന്താണുറപ്പ്. അവൻ അത്തരമൊരു കഥ വായിച്ചിട്ടുണ്ട്. സാലൂലാഫോറേയിലെ വീട്ടിൽ വെച്ച്, റോജർ വിൻസെന്റ് തന്ന പുസ്തകത്തിൽ. അതുകൊണ്ടാവും അതൊരു പേടിസ്വപ്നമായി എന്നെന്നും അവനെ പിന്തുടരുന്നത്. ട്രെയിനിൽ വെച്ച് നഷ്ടമാകുന്ന സൂട്ട്കേസ്, അതല്ലെങ്കിൽ ട്രെയിൻ അവനെ മാത്രം പ്ലാറ്റ്ഫോമിൽ ഇറക്കിവിട്ട് അവന്റെ സാധനങ്ങളുമായി മുന്നോട്ടു കുതിക്കുന്നു. നൂറുനൂറായിരം തവണ കണ്ടു മറന്ന സ്വപ്നങ്ങളൊക്കെ ഓർത്തെടുക്കാനായെങ്കിൽ.. നൂറുനൂറായിരം നഷ്ടസാധനങ്ങൾ വീണ്ടെടുക്കാനായെങ്കിൽ...

അങ്ങനെയങ്ങ് പേടിക്കല്ലേ, പൊന്നു ഷോൺ ആനിയുടെ മുഖത്ത് ചിരി. ആ വാക്കുകൾ അവനെ സമാശ്വസിപ്പിക്കുന്നു. ഉച്ചഭക്ഷണം കഴിഞ്ഞിട്ടും അവർ അവിടെത്തന്നെയിരുന്നു. ഇപ്പോൾ ഡൈനിംഗ് കാറിൽ അവരല്ലാതെ ആരുമില്ല. വലിയൊരു സ്റ്റേഷനിൽ ട്രെയിൻ നിന്നു. ആറുമണിയായിട്ടുണ്ടാവണം എന്ന് ആനി പറയുന്നു. സാധാരണ ആ സമയത്താണ് ട്രെയിൻ ഈ സ്റ്റേഷനിലെത്തുക.

ഈ ചുറ്റുവട്ടത്ത്
നിനക്ക് വഴി തെറ്റാതിരിക്കാൻ

കുറെ വർഷങ്ങൾക്കു ശേഷം അയാളീ ട്രെയിനിൽ പലതവണ യാത്ര ചെയ്യും, ഈ സ്റ്റേഷന്റെ പേര് ലിയോങ് എന്നാണെന്നറിയും, തണുപ്പു കാലങ്ങളിൽ പാരീസിൽ നിന്ന് രാവിലെ പുറപ്പെട്ട്, ഇരുട്ടു വീഴുമ്പോഴെത്തുന്ന സ്റ്റേഷൻ.

ആനി ഹാൻഡ്ബേഗിൽ നിന്ന് ഒരു കൂടു ചീട്ടെടുത്തു. അവനെ ചീട്ടുകളി പഠിപ്പിക്കാൻ ശ്രമിക്കയാണ്, എങ്ങനെയാണ് ജയിക്കുകയെന്ന്. പക്ഷേ അവനൊന്നും മനസ്സിലാവുന്നില്ല.

ഇതിനുമുമ്പ് അവനിത്രയും നീണ്ട യാത്ര ചെയ്തിട്ടില്ല. ആരും അവരെ ശല്യപ്പെടുത്താൻ വന്നില്ല. എല്ലാവരും നമ്മളെ മറന്നു പോയിരിക്കുന്നു. ആനി അവനോടു പറഞ്ഞു. പിന്നെയുള്ള ഓർമകളിലൊക്കെ വിസ്മൃതിയുടെ തുരുമ്പു പിടിച്ചിരിക്കുന്നു. വ്യക്തവും തീക്ഷ്ണവുമായ അല്പം ചില ദൃശ്യങ്ങൾ മാത്രമേയുള്ളു. ആനി ഹാൻഡ് ബാഗിൽ നിന്ന് കടുംനീലച്ചട്ടയുള്ള പുസ്തകമെടുത്ത് അവന്റെ കൈയിൽ കൊടുക്കുന്നത്. അതിലവന്റെ പുതിയ പേരാണ്.

ഏതാനും ദിവസങ്ങൾക്കകം അവർ അതിർത്തി കടന്ന് പുതിയൊരു രാജ്യത്തേക്കു പോകും. റോം എന്ന പട്ടണത്തിലേക്ക്. ഓർമ വെച്ചോ. റോം. പിന്നെ ആർക്കും നമ്മളെ കണ്ടുപിടിക്കാനാവില്ല. എനിക്കവിടെ ഒരുപാടു ചങ്ങാതിമാരുണ്ട്. ആ പറഞ്ഞതൊന്നും അവനു മനസ്സിലാവുന്നില്ല. പക്ഷേ അവൾ പൊട്ടിച്ചിരിക്കയാണ്, അവനും ആ ചിരിയിൽ പങ്കുചേർന്നു. ചീട്ടുകളിയിൽ അവൾ ജയിച്ചിരിക്കുന്നു. മേശമേൽ നിരത്തി വെച്ചിരിക്കുന്ന ചീട്ടുകൾ. ട്രെയിൻ വീണ്ടും വലിയൊരു സ്റ്റേഷനിൽ നിന്നു. എത്തിയോ അവൻ ചോദിച്ചു ഇല്ലെന്ന മറുപടി കിട്ടി. പിന്നേയും ചീട്ടുകളി ഇത്തവണ നിറമനുസരിച്ച് ചീട്ടുകൾ വേർതിരിക്കാൻ ആനി പറയുന്നു. ക്ലബ്സ്, ഡൈമണ്ട്സ്, ഹാർട്ട്സ്, സ്പേഡ്സ്...

പെട്ടികളെടുക്കാൻ സമയമായെന്ന് ആനി പറയുന്നു. ഇടനാഴിയിലൂടെ കമ്പാർട്ടുമെന്റുകൾ കടന്ന് അവർ സൂട്ട്കേസുകൾ വെച്ചയിടത്തെത്തുന്നു. ആനി അവനെ മുറുകെ പിടിക്കുന്നുണ്ട്. ട്രെയിനിലാരും ഇല്ല. മറ്റു യാത്രക്കാരൊക്കെ മുമ്പേ ഇറങ്ങിക്കാണുമെന്നവൾ പറയുന്നു. യാത്രക്കാരാരുമില്ലാത്ത ഇതൊരു പ്രേതവണ്ടിയോ? സൂട്ട്കേസുകൾ അവിടെത്തന്നെയുണ്ട്. അവരിറങ്ങി. രാത്രിയായിരിക്കുന്നു പ്ലാറ്റ്ഫോമും വിജനം. പാളങ്ങൾക്കു സമാന്തരമായുള്ള നടപ്പാതയിലൂടെ അവർ നടന്നെത്തുന്നത് ഒരു മതില്ക്കെട്ടിനു മുന്നിൽ. ഒരു പടിവാതിലുണ്ട്. ഹാൻഡ് ബാഗിൽ നിന്ന് താക്കോലെടുത്ത് അവളതു തുറന്നു. ഇരുട്ടിലൂടെ ഒരു വലിയ വെള്ള പൂശിയ വീടിനു മുന്നിലെത്തി. ജനാലകൾ തുറന്നു. വെള്ളയും കറുപ്പും കല്ലുകൾ പാകിയ തറ. എന്തൊരു വെളിച്ചം. പക്ഷേ അവന്റെ ഓർമകളിൽ ആ വീടും സാലൂലാഫോറേയിലെ വീടും പരസ്പരം അലിഞ്ഞുചേരുന്നു, ആനിയുമൊത്ത് വളരെ കുറച്ചു നാളുകൾ മാത്രമേ അവിടെ താമസിച്ചുള്ളു എന്നതു കൊണ്ടാണോ? ആ വീട്ടിലെ തന്റെ കിടപ്പറയും സാലൂലാഫോറേയിലെ കിടപ്പറയും ഒന്നു തന്നെയാണെന്ന് അവനനുഭവപ്പെടുന്നു.

പാട്രിക് മോദിയാനോ

ഇരുപതു വർഷങ്ങൾക്കുശേഷം അയാൾ ഫ്രെഞ്ച് റിവിയേറയിലേക്കു പോവുകയുണ്ടായി. ആനിയോടൊത്തിറങ്ങിയ കൊച്ചു സ്റ്റേഷൻ ഇഷ്യുമെർ. അതും പാളങ്ങൾക്കു സമാന്തരമായുള്ള നടപ്പാതയും തിരിച്ചറിയാനായെന്ന് അയാൾ വിശ്വസിച്ചു. കടപ്പുറത്തെ ഹോട്ടലുടമയോട് അത്തരമൊരു വീടിനെക്കുറിച്ചു ചോദിച്ചു. കാപെസ്റ്റ എംബിരികോസ് ആയിരുക്കുമെന്ന് ആ നര കയറിയ മനുഷ്യൻ പറഞ്ഞു. ഡറാൺ ആ പേര് കുറിച്ചെടുത്തു. എന്തെങ്കിലും ആവശ്യം വന്നാലോ.... ഹോട്ടലുടമ പറഞ്ഞു, യുദ്ധകാലത്ത് റോജർ എന്നൊരാളാണ് അതു വാങ്ങിയത്. പിന്നെ അതു റിസീവർഷിപ്പിലായി. ഇപ്പോൾ ഹോട്ടലോ മറ്റോ ആണെന്നു തോന്നുന്നു. പോയി നോക്കണോ? അയാൾക്ക് അകാരണമായ ഭയം തോന്നി. വേണ്ട അങ്ങോട്ടു പോകേണ്ട. അവിടെച്ചെന്ന് തിരിച്ചറിയാനും കണ്ടെടുക്കാനുമായി ഒന്നുമില്ല. ഇത്രയും നാൾ കുഴിച്ചുമൂടിയ ദുഃഖം പതഞ്ഞു പൊന്തിയെന്നു വരും.

അന്നൊന്നും അവർ ബീച്ചിലേക്കു പോയതേയില്ല. ഉച്ചനേരം തോട്ടത്തിൽ ചെലവഴിക്കും. അവിടിരുന്നാൽ കടലു കാണാം. ഗരാജിൽ ഒരു കാറുണ്ടായിരുന്നു. സാലുലാഫോറേയിലേതിനേക്കാളും വലിയ കാറ്. രാത്രി അവനേയും കൂട്ടി ആനി പുറത്തിറങ്ങും. അത്താഴം കഴിക്കാൻ. കോർണിഷ് റോഡിലൂടേയാണ് പോകാറ്. കാറിൽ അതിർത്തി കടന്ന്, റോമിലെത്താമെന്ന് അവൾ പറഞ്ഞു. അവസാനത്തെ ദിവസം ആനി അനേകം തവണ ഫോൺ ചെയ്യുന്നതു കണ്ടു. അവളാകെ വേവലാതിപ്പെടുന്നതായി തോന്നി. അവർ വരാന്തയിലിരുന്ന് ചീട്ടു കളിക്കുകയാണ്. അവൾ ജയിക്കുന്നത് അവൻ നോക്കിക്കാണുന്നു. അവളുടെ നെറ്റിയിലെ ചുളിവുകളും അവനു കാണാനാവുന്നുണ്ട്.

ചീട്ടു കളിയിൽ അവൾക്കു ശ്രദ്ധയുറയ്ക്കുന്നില്ല. അവളുടെ കവിളിലൂടെ ഒരു കൊച്ചുതുള്ളി കണ്ണീർ ഒലിച്ചിറങ്ങുന്നത് അവൻ കാണുന്നു. വളരെ ചെറിയ ഒരു തുള്ളി. സൂക്ഷിച്ചു നോക്കിയാലേ കാണാനാകൂ. പക്ഷേ ഇന്നും അവനാ ദൃശ്യം വ്യക്തമായി സ്മരണയിലുണ്ട്. സാലുലാഫോറേയിൽ കാറിനകത്തു വെച്ചു കണ്ട അതേ ദൃശ്യം. മായാത്ത ചിത്രം. രാത്രി അവൾ അടുത്ത മുറിയിൽ ആരോടോ ഫോണിൽ സംസാരിക്കയാണ്. ശബ്ദം കേൾക്കാം, വാക്കുകളെന്താണെന്നു മനസ്സിലാവുന്നില്ല. രാവിലെയുണർന്നപ്പോൾ ജനാലക്കർട്ടനിലൂടെ സൂര്യവെളിച്ചം അകത്തേക്കൊഴുകുന്നു. മഞ്ഞ വെയിൽക്കീറുകൾ ചുമരിൽ ചിത്രങ്ങൾ വരയ്ക്കുന്നു. പിന്നെ ഉരുളുന്ന ചക്രങ്ങൾക്കടിയിൽ ചരൽക്കല്ലുകൾ ഞെരിഞ്ഞമരുന്ന ശബ്ദം. ആ ശബ്ദം നീങ്ങിനീങ്ങിപ്പോകയാണ്..... അവന് അസാധാരണമായിട്ടൊന്നും തോന്നിയില്ല. വളരെ വൈകിയാണ് ആ വലിയ വീട്ടിൽ താൻ തനിച്ചാണെന്നു അവനു മനസ്സിലായത്....

■

www.ingramcontent.com/pod-product-compliance
Lightning Source LLC
LaVergne TN
LVHW040155080526
838202LV00042B/3178
9788193251249